lê giang trần
PHA THƠ VÀO BIỂN GIÓ
thi tập

Pha thơ vào biển gió
Pha thơ vào giang hồ
Biển đi chào biển đến
Bến hải hồ làm thơ

PHA THƠ VÀO BIỂN GIÓ
Thi Tập
Lê Giang Trần

Nhà Xuất Bản SỐNG
Ấn hành lần thứ nhất tại Hoa Kỳ, tháng 12- 2019

Hình vẽ tác giả: Trịnh Cung
Ảnh chụp tác giả: Trịnh Cung, Trần Triết
Tranh bìa & phụ bản: Đinh Trường Chinh
Thiết kế bìa & dàn trang: Lê Giang Trần

Copyright information:
Van Kim Vuong © All Rights Reserved. 2019

E-mail tác giả:
legiangtran@yahoo.com

Ấn phí: $20 USD

lê giang trần

phả thở vào biển gió
thi tập

Nhà Xuất Bản SỐNG
2019

Lê Giang Trần vẽ bởi Họa Sĩ Trịnh Cung.
[Little Saigon, 12/12/2018]

LỜI TỰA

Pha thơ vào biển gió
Pha thơ vào giang hồ
Biển đi chào biển đến
Bến hải hồ làm thơ

Tôi chuyển về California sau hơn hai năm đầu tiên định cư và học hành, làm việc tại Chicago. Từ đó và thuở ấy, biển là nơi tôi hay đến, lặng lẽ một mình hay đôi khi cùng người bạn gái, có khi cùng lũ bạn, có khi đưa bạn phương xa đến viếng biển dọc theo một chiều dài đáng kể, xuyên qua nhiều thành phố. Tôi còn nhớ như in một đêm tôi cùng anh Phạm Công Thiện và nàng Loan, ba người đến biển New Port Beach trong một khuya trăng sáng để thả vào sóng biển nhánh hoa hồng cho Krishnamurti vừa mới qua đời ngày hôm qua...

Biển còn là một ấn tượng, một dấu ấn, thầm lặng nhưng chứa chan nỗi niềm đối với những ai là người vượt biển. Biển đi. Biển đảo. Biển đến. Biển nơi sống tạm dung đời tị nạn. Bờ Tây ngút mắt về bờ Đông của đại dương, bên ấy là quê nhà.

Cuộc sống trôi lăn theo dòng đời lưu vong của tôi thoắt đã 40 năm, thời gian dài hơn đời sống trưởng thành trên quê hương Việt Nam. Sau một quảng thanh niên lang bạt, tung trời, va chạm mỗi ngày với sân khấu cuộc đời tạm dung ở Little Saigon, đã dần dà khép lại bởi hoàn cảnh sống của bản thân. Thơ đã là người bạn song hành cùng bước trên con đường đời mình.

Face Book là nơi tôi tải lên những bài thơ chuyên chở tâm trạng hay nói lên những trăn trở trong cuộc sống lưu vong, và về nơi quê nhà, theo lăng kính của mình. Đó là một thời gian buồn rười rượi nhưng nhận được niềm vui nho nhỏ là thơ được những thân hữu còn quan tâm hay các bạn FB có lòng yêu thơ chia sẻ. Những bài thơ *"tức cảnh sinh tình"* ấy đếm lại là con số không ít, và tôi cũng không ngờ, nay đến lúc đúc kết thành một tập thơ. Tôi đã chọn lọc, nhuận bút gọn lại, và bỏ đi rất nhiều bài mang tính tâm sự cá nhân vu vơ. Với tình trạng thơ ngày càng ít độc giả, thi phẩm chỉ nói lên việc hoàn tất một công việc đã làm, và để làm quà tặng chứ không còn được nhà sách nhận bày bán trên giá sách, nên thay vì trải ra đôi ba quyển, đã được gom chung vào một thi tập cho nhẹ chi phí in ấn.

Thoạt đầu, tựa tập thơ được nghĩ đến là "Gieo Thơ Trên Tường Face Book" với chữ *phê bút* Việt-hóa thay cho F.B; nhưng cuối cùng được chọn là *"Pha Thơ Vào Biển Gió"* vì biển là một tiêu biểu ấn tượng, cũng là nơi tôi thường đến lặng lẽ gửi tâm trạng mình vào tiếng sóng, tiếng chim hải âu và gió biển. *Biển đến* đã trở thành *biển gió* mang tâm tình tôi bay vào mười phương, bay về bên kia Thái Bình

Dương, nơi xa tắp ấy là quê nhà, một quê hương đã trở thành "phế tích" – nói theo kiểu nhà thơ Trịnh Y Thư trong tập *"phế tích của ảo ảnh"* của anh – chữ *phế tích* thật buồn và cay đắng, ảnh hưởng vào thơ tôi khá nhiều. Với tôi, đã tàn mộng quay trở về sống chết ở thổ ngơi ấy, quê hương hay quê nhà chỉ còn lại *cái tên Việt Nam* trong tấm lòng nhớ thương ray rứt.

Tôi xin gửi lời cảm tạ đến thi-họa sĩ Đinh Trường Chinh, đã cung cấp cho tập thơ những bức tranh đầy thi tính của anh dùng làm phụ bản, đặc biệt là bức tranh làm bìa tập thơ. Ngoài ra, là hai bài viết trang trọng của thi sĩ Vô Ngã (1991) và Giáo Sư Thiện Hỷ (2000) mà tôi may mắn tìm lại được, nay đăng vào phần Bạt tập thơ này thay cho lòng cảm tạ, dù muộn màng.

Tập thơ này chuyển tải những trăn trở giới hạn, nằm trong một số tiêu đề: *Tự cảm, nơi sống, hồi niệm, bằng hữu, quê nhà* và một vài nụ *cười đau.* Tôi không mong đợi sự phản hồi nào về *"Pha Thơ Vào Biển Gió."* Đơn thuần chỉ là lăng kính của một tâm hồn làm thơ, rất cá nhân, và bình dị, thả thơ bay vào một biển gió mênh mông...

LÊ GIANG TRẦN
Tháng 9 sinh nhật, 2019

Tranh Đinh Trường Chinh

pha vào **tự cảm**

luận điệu

Nhà thơ như Quantum
Nửa thể nửa là phách

Tôi được gọi nhà thơ
Nên được tặng lắm quà
Quà thứ nhất là điên
Thứ nhì đi trên mây
Thứ ba sống không thực
Ôi chao nhiều vô kể
Trông chúng giống vườn hoa

Này rót ly rượu đỏ
Bắt chước Chúa Jesus
"Thơ là máu của ta
Này mời em, hãy uống
Chữ là thịt của ta
Này mời em, hãy ăn
Trước giờ em chối bỏ..."

(050517 tịnh nhĩ)

cởi mưa rong chơi

Bốn giờ sáng lơ ngơ
Tiếng mưa reo lắt rắt
Căn nhà trống buồn teo
Quyển kinh úp ngủ khoèo.

Hôm nay Táo về trời
Cưỡi cá chép rời đời
Ra hiên đón mưa tới
Rồi cởi mưa rong chơi.

(011917, 23 âl.))

nỗi cuối năm

Ngày cuối năm phân thân bốn hướng
Phương Bắc thăm hai con gái có chồng
Phương Nam thăm con gái long đong
Phương Đông thăm con gái ở Sài Gòn

Cứ Tết biến thành gấu mùa đông
Ngủ vùi thả hồn vào trường mộng
Hóa thành cánh bướm lão Trang
Bay dạo khắp địa đàng trái đất

Xứ mộng khác xứ FaceBook
Khác xứ vô tâm Việt hay Tàu
Không giống xứ người tị nạn
Xứ thần tiên phim họa Disney Land

Con-người-máy trở thành cô độc
Thành con bướm vỗ càn khôn
Vỗ vũ trụ theo cách hỗn loạn
Có đánh thức Việt Nam không?

(012517, ngày 28 âl. Nhớ 4 con gái)

mất yêu

Mất yêu tim chết từ từ
Lòng bơm vô rượu kể từ xa nhau
Bây giờ em đã mai sau
Tôi đành di tản mộng vào giấc mơ

Em từ ly biệt thiên thu
Trăm năm bóng ấy âm u liên tồn
Mỗi lần chiêm ngưỡng nữ môn
Trái tim chắc lưỡi - tâm hồn xuýt xoa

Sau này có gặp chốn ma
Liêu trai dạ chúc gọi là hợp hoan
Chẳng thà như vậy còn hơn
Đêm đêm ngồi khảy cung đờn vô âm.

(Tháng 7, 17. Vào hè, hồi niệm)

từng giây sinh ly

Ngồi canh chừng mẹ mình
Ngồi im như nhập định
Ngồi bay như vong linh
Ngồi câm như côi cút.

Ngồi cạnh mẹ sắp khuất
Nắm tay mẹ vô lực
Sờ mặt mẹ nhắm mắt
Thương ngọn đèn sắp tắt.

Chân mẹ khe khẽ động
Hơi thở mẹ mỏng manh
Sắc thần mẹ an lành
Hạt lệ mẹ long lanh.

Máy niệm Phật Di Đà
Đếm thời gian tử biệt
Nước biển truyền nhỏ giọt
Đếm từng giây sinh ly.

12am 013014, CCH

ngày mất mẹ

bài một

Bay bay một đóa vô thường
Tỏa hương thơm ngát linh hồn mẹ tôi
Ngũ ấm tứ đại đang trôi
Theo dòng vô sắc về trời thinh không
Tây phương dạo bước thong dong
Mẹ tôi tràn ngập khắp cùng hư vô.

Tàn hương cong tỏa bàn thờ
Mẹ tôi hồn ở cạnh Ba tôi rồi
Mẹ cha hoàn tất kiếp người
Ra đi từ giã cõi đời phù sinh

Tôi ở lại cõi vô minh
Nén hương vĩnh biệt tâm tình run run
Mẹ ơi xây xước cõi lòng
Tâm linh trừu tượng chập chùng sầu đau

Bơ vơ cô độc nghẹn ngào
Sinh thành biết lấy thứ nao cúng dường
Dâng lên một đóa sen hường
Tình Cha Nghĩa Mẹ vô cùng thương tâm...

(05 tháng 3, 2015. Ngày mẹ mất, viết vội)

ngày mất mẹ

bài hai

Tôi như thể biến ra gỗ đá
Ngày mẹ già từ giã trần gian
Trong tôi thế giới điêu tàn
Trái tim lạnh ngắt - cõi lòng mông mênh

Dẫu biết rồi thời gian sẽ đến
Mẹ bay về nơi bến uyên nguyên
Phút giây hồn mẹ biệt quy tiên
Con bất động như miền đất chết
Bất lực, khô khan, không lệ huyết
Miệng im câm mà khóc nát tim

Mẹ là biển, giờ im vỗ sóng
Mịt mù sương phủ trắng đầy đêm
Lòng ngẩn ngơ ngắm bực cửa thềm
Mơ tưởng bước chân về của mẹ
Không có chi - chỉ đêm mơn nhẹ
Mà nghe có tiếng vút ngọn roi
Quất trên lưng đời con bất hiếu
Chưa đền ơn cha mẹ sanh tiền

Mẹ hay mắng con thằng chó đẻ
Mỗi khi buồn giận đứa con hư
Con hư đốn đời vô tích sự
Bài thơ không đổi được áo cơm

*

Đứa em út Mother's Day nhớ mẹ
Tìm vào chùa lạy ảnh dâng hương
Tôi tình cờ bài thơ cất giữ
Đọc bâng khuâng thấy mẹ hiện về

*(Mother's Day, chủ nhật 14 tháng 5, 2017,
thương tặng em trai út Thu)*

ngày 23 âm

Tôi đưa Táo về Trời
Dù nhà không bếp núc
Tôi đưa tôi về Bụt
Sẵn chiều nay mưa trút

Tôi đưa tôi hồi trưa
Chở tôi đi ăn phở
Phở bốc khói thơm mùi
Phố Xuân mai đào nở

Mẹ ơi Tết đã rộ
Tết ơi Mẹ đã thờ
Ảnh ba nghiêm buồn rượi
Đèn bàn thờ ui ui

Những gương mặt tình ái
Hiện chiếc đầu ma lai
Là ngọn đèn đường rọi
Bóng tôi về lẻ loi

(23 ÂL đêm về từ CCH)

ngày giỗ mẹ

Rằm tháng giêng giỗ mẹ
Bằng trái tim lặng lẽ
Dâng mẹ cây nhang bé
Hương huệ nồng thơm ghê.

Hoa quả mang đến chùa
Bày thắp hương bài vị
Gửi ba tiếng chuông đưa
Lòng con bay đến mẹ.

Nhớ mùa Xuân cuối cùng
Còn mẹ nơi dương trần
Mẹ vui mấy ngày Tết
Con cháu nhìn rưng rưng.

Mẹ bây giờ chốn Phật
Cùng Ba đã siêu thoát
Đàn con vẫn lưu lạc
Quê hương vẫn tan tác.

(021117, rằm tháng giêng)

vòng tay hà nội

Em gái xinh xinh Hà Nội
Như trăng trôi đến bên người
Tôi ở Cali sống kiểu biệt tích
Gặp em nơi Laguna Beach
Em tặng một vòng tay lưu niệm

Vòng tay quàng như tình tri âm
Rất vô tư cái choàng "hữu nghị"
Cái nép vào nữ tính mong manh
Lâng lâng nhớ đến mẹ ôm choàng
Một thiếu vắng bên đời luân lạc

Vòng tay ấm mang về cất kỹ
Giấu kín nhân gian cả bạn bè
Lúc cô đơn não nề hiu hắt
Mang vòng tay Hà Nội đặt lên vai

Vòng tay nhớ còn chất ngất
Có thể tôi quê quán Bạc Liêu
Mê mẩn ngọt ngào con gái Bắc
Như lời thủ thỉ dỗ cô liêu

(081117, và Hải Hồ, Hannah Hà Hội)

rất nhạy

Rất nhạy buồn như quỳnh hương
Mắt ai nhìn làm chấn thương
Lạnh lời kẻ trút vào tim dại
Nằm duỗi cả ngày như cá ươn

Rất nhạy như sương phủ trắng màu
Tâm hồn ai xé buốt đêm thâu
Gương mặt băng sơn nhợt bạch cầu
Mắt rừng thu đẫm lá bầm nâu

Rất nhạy hoang vu như núi già
Ai thành kẻ lạ rơi ngoài xa
Lòng trắng đồng sương rưng cổ mộ
Mưa ca vọng cổ ngất hồn ma

Rất nhạy Vu Lan niềm trăng treo
Mẹ cha và những Thúy hay Kiều
Vĩnh biệt nhưng còn mang "hộ chiếu"
Về thăm trong mộng lúc cô liêu

(081717 mùa Vu Lan)

nhật ký biển

1.
Tôi là một câu truyện
Biển Đông đã lãng quên
Sao đêm không còn tìm
Những con thuyền vượt biển

2.
Tôi là tiểu thuyết mới
Lạ thường nơi biển Tây
Từng chương đời rắm rối
Tạm dung hay lưu đày?

Gởi biển một hồn say
Gởi trăng một lòng đầy
Bên ấy đời còn ai
Lòng nhung nhớ lắt lay...

3.
Không nói gì với biển
Chỉ là cùng lặng yên
Chênh chao một nỗi niềm

(032418 đêm và biển)

ngày chim đến hát

1.
Đến nhà quàn viếng dì tôi
Bên kia đường Beach là nơi suối vàng
Trên cây tiếng chim hót vang
Như chào vĩnh biệt linh hồn dì tôi

Xế chiều vẫn rộn chim vui
Như là sắp rước dì tôi về trời
Kìa kìa những mộ bạn tôi
Dường như thoảng có tiếng cười thân thương

2.
Ông trời có một thú vui
Cho con người sống chặp rồi chết queo
Ông Phật chỉ vầng trăng treo
Muốn hết sinh tử thì theo đường ngài

Bạn tôi còn ở nhà thương
Họ hàng con cái ở gần ở xa
Nước tôi cách một biển qua
Quanh tôi có lắm tuổi già lặng im

(042128, ngày chim hót đón dì Lang)

đôi khi

Đôi khi tôi đối diện tôi
Hai người tôi đó tơi bời đả nhau
Một người hỏi khó - tại sao?
Người kia đáp - biết làm sao bây giờ!

Đôi khi tim không phải ta
Của người nào đó ở xa gọi mình
Tình kia lại hiện bóng hình
Rộn trong im lặng, reo triền mưa rơi

Đôi khi tôi tiễn biệt tôi
Theo câu tuyên bố của lời biệt ly
Nhìn theo chân bước ra đi
Làm sao có phép ôm ghì lại chân?

(052518)

quantum

Anh như lượng tử Quantum
Có em mới hiện hình thành châu thân
Không em chỉ là sóng hồn
Trôi vô lượng kiếp mỏi mòn chờ yêu.

Đêm qua mộng hóa thành chim
Thiên di bay mãi đi tìm người xưa
Chiều nay gió lạnh chuyển mưa
Tôi Quantum một bóng ma sóng hồn.

(051118 6 giờ chiều chuyển mưa. Lạnh)

đêm biển vãng sanh

I.
Trong tôi bay lên bay lên thong thả
Con phượng hoàng bốc lửa hóa sanh
Như Harry Potter sững phép thuật
Tôi ngắm tình cất cánh tự thiêu.

Biển khoác áo đen - gió choàng voan trắng
Vạt sương ru phơ phất ngọn sóng phù
Duềnh doàng lưng núi xõa rừng tóc
Chiêng chao hoa cỏ mở chiêm bao
Lũ chim đùa cát chạy xoèn xoẹt
Tìm kiếm điều chi trên bãi khuya?

II.
Tử-thi-yêu nơi tình trường tàn
Đêm trăng lên hóa quỷ nhập tràng
Lê lết chi hồn ma bóng quỷ
Tan vào biển đi! kẻ mất linh hồn!

Thủy triều lên ru đêm huyết lệ
Kể cho bờ nỗi nhớ quạnh không
Nếu cuồng điên như ngọn sóng thần
Sầu hãy vỡ ngoài khơi hoang vắng.

III.
Thôi mân mê vòng nhẫn có người
Đứng cuối cầu dài vươn cánh tay
Ném thật xa nhẫn tình quỷ ám
Nhẫn phu thê chìm xuống tuyền đài
Tôi hoàn tất vai trò định mệnh.

Tình yêu ném xuống biển rồi
Như kim đáy biển như trời đốm sao
Nếu còn trong giấc chiêm bao
Chỉ là hư vọng ảnh bào sắc không
Trăng mười chín mắt đỏ ươm
Trong xe tiếng nhạc Vô Thường nỉ non.

(110617, biển đêm trăng 19)

layout

Vướng vào nghề layout
Thức với đêm làm báo
Giải lao ngắm trăng sao
Đêm im lìm kỳ ảo

Có khuya về trên đường
Sáng trăng và sương trắng
Có khi trời rựng sáng
Phố còn ngủ mơ màng

Căn nhà thật lặng lẽ
Chào tiếng chân người về
Nàng đèn bị đánh thức
Nàng sách bị mân mê

Ấm trà giục nước sôi
Điếu thuốc giục lửa mồi
Cô độc lại một-tôi
Cô đơn lại mơ người

Nhớ Việt đi nhậu chơi
Cô hầu thỉnh thoảng tới
Ngồi bên cho có đôi
Pha chuyện tiếu lâm cười

Độc thân vào quán nhậu
Tưởng vơi tan muộn sầu
Nhưng chỉ buồn thêm sâu
Khi nổi thèm trong máu

Ơi cái nghiệp làm báo
Mơ mộng tình lao xao
Làm thơ và cơm áo
Đời xóm chợ Bolsa

(072518)

quantum nhớ

Hình hai con gái chỗ uống trà
An út - Mèo Một Chín Bảy Lăm
Bích Cọp - ra trường Hai lẻ Bốn
Trúc chị Bảy Mốt - ba con xa.

Thời gian ngày xưa có nhớ ta?
Ba thì im lặng sống la đà
Miết trong nhà ít ra khỏi cửa
Rơi mất ngôi chồng lẫn chức cha.

Nỗi nhớ con trong tim im lặng
Nỗi trống em khô đời thăng trầm
Từ lành cái lưng gẫy bao năm
Sức sống là chất xám lao động.

Chợt thấy mình sao giống Quantum
Không ai muốn gặp - tan thành sóng
Em nghĩ đến - liền hóa hiện thân
Không hiểu sao anh thành chiếc bóng.

(051619, ngày Thắng, Diệu, Lý đến)

bản án tôi

Có lúc thấy mình quá nhiều tim
Tỉ-Cang tim chín lỗ giấu im
Bồ Tát yêu người - tim vô lượng
Xấu hổ thay - mình vội kiệu kênh!

Có lúc tình đến như Thiên thần
Cứu đời thi sĩ ngập gian truân
Hóa thân bí mật này có phép
Độ cho lòng rung động hồng nhan?

Có lúc nàng như hoa bên đường
Chân tôi dừng trước đẹp não nường
Trái tim bấn loạn đập không tưởng
Mắt ngây trước nguyệt thẹn hoa nhường...

Có lúc cấm mình như nhập thất
Trở thành thân thể vắng ngũ quan
Ý tưởng rõ là lũ nháo bát
Lừa tâm hiền hậu mãi lần khân!

Một hôm ngồi nhậu chẳng có mồi
Mang tạm trong kho cất cái tôi
Nhâm nhi bản ngã như luận tội
Bản án tội TÔI sao quá dài?

(050619, đọc bản án cái tôi)

Tranh Đinh Trường Chinh

pha vào **nơi sống**

mưa tàn đông pha nhạc

Ngày mưa u ám tàn đông
Nhạc giao hưởng thấm vào lòng ám ma
Beethoven, Bach, Mozart
Tchaikovsky... chán... về nhà Chopin
Search YouTube gặp Giao Linh
Căn nhà ô ngoại bỗng tình ngoại ô.

Đêm mưa vần vũ gọi thơ
Thơ đôi khi cũng mịt mờ gọi mưa
Tuổi già gọi những ngày xưa
Mưa về gọi những mầm vừa lên xanh.

Nỗi lòng mưa gió tròng trành
Nỗi vui cây cỏ ưỡn mình bông hoa
Nhạc bolero xập xòa
Paul Maurriat, Shadow, Bee Gees
Mưa và nhạc quyện mê ly
Tha nhân lãng đãng ngữ thi bềnh bồng...

(010917, mưa vẫn mưa rơi...)

ánh sáng không nhìn thấy

Tình như tia hồng ngoại xuyên
Yêu như X-ray lộ trái tim
Đau khổ như tia laser đốt
Nỗi sầu như sóng vi-ba nung
Nhung nhớ như tia cực tím
Hạnh phúc như sóng truyền âm

Bài thơ chỉ như hạt cát
Nhạc tình chỉ như vạt mưa
Lời yêu chỉ mới một tế bào
Tương tư chỉ dăm sợi gió

Tình yêu như hạt oxy
Nhưng vĩ đại như khí quyển
Như thế làm sao em xúc động
Những vô hình không nhìn ra?

Tôi hỏi ngôi sao giăng trời
Ánh sáng nào sao soi đêm?
Em dưới trời lồng trăng chiếu
Tôi thấy tôi ánh sáng vô hình

Chớp lóe con đom đóm
Mập mờ ngọn nến con
Vẫn được thấy phát sáng

Tôi như đốm lửa cây nhang
Âm ỉ tượng trưng hồi niệm

(012117, đọc lại "Những con đường của ánh sáng", Trịnh Xuân Thuận)

bềnh bồng thanh xuân

Dáng gầy tóc xõa ngực trăng
Môi mận chín đỏ, quàng khăn len hường
Hàng hoa xuân bỗng hoang đường
Mai lan đào cúc huệ hồng lao xao

Mắt ngang theo sức hút vào
Hườm lê hây hẩy hồng đào mơn mơn
Nhìn xa rồi lại zoom gần
Điểm nào cũng hot pot cần tập trung

Chân dài jean bó sát thon
Giày cao khoe búp bàn chân nõn nà
Áo len hoa sữa quyện hòa
Căng xanh ôm ấp ngã ba liễu lài
Thủy tiên đôi nụ mỉm cười
Tay ngà ôm bó huệ mùi nồng thơm
Anh chàng đứng cạnh đám đông
Hít hơi ngọn gió bềnh bồng thanh xuân.

(011017, chợ Tết Phố hoa Bolsa)

nỗi một

Một con chim hót giao mùa
Một giò lan đất nụ vừa ửng môi
Một buồng chuối héo xanh cười
Một cây quít ngọt mồ côi trái vàng
Một đóa tiểu muội cơ hàn
Một hoa hồng nở sắp tàn buồn hiu
Một bông hoàng điệp liêu xiêu
Nhánh lô-hội ốm như Kiều độc thân
Nắng soi một bóng trên sân
Bóng này không phải bóng người chồng ai

(022617 một vòng thăm nắng thắp Xuân)

bức tranh âm thanh

Gió rào rào giũ lá rơi
Tiếng cu gù gáy tỏ lời than van
Ngoài đường xe cộ râm rang
Bóng cây trên vách của tàng ổi khua
Chim sẻ chim chíp tả trưa
Con két nhà cạnh vẫn chưa im mồm
Con mèo đi ngang meo lườm
Bầy sẻ dưới đất hét tuồn lên cao
Cổ ho sặc thuốc lá vào
Ông chồng nhà cạnh lầu bầu mắng la
Bà vợ để máy rời nhà
Cửa xe đóng mạnh như là đập lu

Tất cả những tiếng phát ra
Vẽ thành bức họa mượt mà âm thanh!

(032417)

tình ngân

Ngày lạnh cho tình tan
Đêm mưa cho tình rã
Nhạc hát nghe tình ngân
Tình ngân như chuông chùa

Khi tình là đường cùng
Giơ hai tay vô dụng
Em bắn tim nổ đùng
Tình ngân tràn lên mây

Tôi thành kẻ mất tích
Em biến vào tương lai

(050617 tịnh nhãn đêm mưa)

tiếng hát rong

1.
Có tiếng hát rong trên phố ảo
Bỗng nhớ gánh hàng rong
Tiếng rao buồn não nuột
Quang gánh nắng vàng ròng

Tiếng hát lung linh hơi nắng
Nốt nhạc bồng bềnh không tan
Lời ca như xuôi dĩ vãng
Trôi ngang kỷ niệm thênh thang
Có gì làm tâm hồn ray rứt

2.
Tin báo đứa em trai con dì
Đột tử sáng nay - như tiếng hô lửa cháy
Như mõ làng đánh thức xóm đêm
Như rền đạn bom chiến trận
Hồi chuông báo tử trần gian
Như tiếng rao đứt ruột gan
Một linh hồn về nơi vô tận

3.
Nắng rao nhiệt độ cháy rừng
Dì tôi rao con ơi bằng nước mắt
Tiếng hát rao chuyện tình buồn
Gánh hàng rong rao đời con gái
Tôi rao nỗi niềm trầm thủy
Rao hạt mưa đang khóc trong mưa

(062117, sáng nhận tin em Quốc đột tử)

thơ đi bụi đời

Thơ yêu thì đau khổ
Thơ tình thì chia tay
Thơ đi bụi đời tiếp
Tìm cô gái duyên kiếp

Thơ có lúc điên cuồng
Ngâm giữa chợ trước đường
Mơ có nàng tiên đến
Tặng mình một trái tim

Thế là rượt bắt tim
Quả tim vàng chưa chín

(071017)

không nữ tính

Căn nhà vắng lặng không lời
Ngó mông ngõ trước ngó lùi vườn sau
Ngó đời ta ở chỗ nao
Thấy không-nữ-tính cười chào bóng tôi
*
Một ngày quạnh quẽ lại trôi
Đồng hồ quả lắc đều rơi nhịp buồn
Báo giờ gõ chuỗi nhạc chuông
Như chuông đổ giữa giáo đường tiễn ai
*
Bình trà rót tiếng thở dài
Gạt tàn thuốc toét miệng bày sún răng
Góc đời im lặng bao dung
Tuổi già quanh quẩn ngoài sân trong nhà

(091417, Rose Hill, tang lễ Hia Tỉ và viếng mộ Ba, Bà Nội)

một cách rất hoang đường

Em thích của tôi giống như thèm chua
Tôi thích của em như thèm ăn món nhớ

Cái có trong tim làm sao sang nhượng
Cái có ngoài thân làm sao trao chủ quyền
Tình trong lòng lửa bừng nhạc trỗi
Em như củi than đàn sáo ru hồn
Thân vệ nữ dung nhan mê hoặc
Giống thỏi vàng bày trước mắt nghèo tham

Sắc dục đuổi theo em như tên thợ săn
Bạc tiền bám theo em như kẻ đấu giá
Tôi hảo hớn không nạn nhân sắc đẹp
Tôi phong lưu lạ gì ngọc quý trâm vàng
Hào sảng mở cửa trái tim
Giới thiệu bảo vật trong hang động
Tất cả đều thuộc về em
Ngầm đáp lời ba sinh hương lửa

Búp sen nở ngậm sương
Suối nguồn tươm thủy nhạc
Phù vân thành tựu mây mưa
Tế bào châu thân rạo rực
Khiêu vũ trong lễ hiến tình
Quyện lấy nhau than quấn lửa
Bóc ra trái ngọt ngào thơm

Trong hang động trái tim
Tiếng vang yêu đương ngân siết
Ngôn ngữ hoan ca thở dập dồn
Cung bậc âm dương hòa giao hưởng

Tôi là ý thức em nghĩ tưởng
Thị hiện em một cách rất hoang đường

(080417)

tình yêu ảo thuật

1.

Milarepa hát
*"Đời người giống như
Một tên trộm chui vào căn nhà trống."*
Anh thấy tình yêu giống ảo thuật
Xảy ra chỉ đánh lừa mắt
Cuối cùng là một sự hóa trang.

Nàng có đủ 6 quyến rũ
Màu sắc, hình dáng, đường nét, tư thái, giọng nói,
dịu dàng
Tôi nếm nàng đủ 6 vị yêu đương
Chua cay đắng mặn và thơm ngọt

Dù sao cũng đã yêu nàng
Yêu tất cả những gì là nàng
Nếm tất cả những gì từ nàng

Milarepa hát
"Tuổi trẻ giống như hoa mùa hè
Bỗng chốc tàn tạ."
Tôi thấy tình yêu giống đóa hoa
Nở đẹp thơm rồi úa tàn.

Đời người khi cái chết đến, Milarepa hát
"Giống như cái bóng của cây lúc mặt trời lặn
Nó chạy nhanh và không ai ngừng nó được."
Tình yêu chết thật bất ngờ
như ngọn sóng thần chụp đến
mọi sinh thái tàn hoang
Tâm hồn trở thành bình địa.

Milarepa hát
*"Khoái lạc là tạm thời giống như tắm nắng
Cũng tạm thời như những cơn bão tuyết
đến không báo trước.»*

Sống thì tự sinh tự diệt
Yêu thì tự phát tự tận
bước qua bên kia bờ ngôn ngữ
Nhìn ra bình đẳng tính nhị nguyên
Không còn phân biệt - nên an lạc
Cô độc là phương tiện làm thơ

Giấc mơ thì không làm chủ nó được
Thi thoảng tôi gặp nàng trong mộng
Sáu quyến rũ nàng nói hoàn hảo
Sáu vị nếm nàng khen thơm ngon
Nàng hóa thành Đa-ki-ni thiện xảo
là pháp tình yêu không phân biệt
Bí mật như bí mật rỉ tai.

Nếu nàng biết tôi yêu nàng đến thế
Có lẽ nàng đã không ảo thuật
Milarepa hát
*"Nghiệp thì giống như thác nước
Không bao giờ chảy ngược lên trên."*
Luật tình yêu giống như chiếc bóng
Bóng của chân người mãi đuổi theo.

2.

Dhampa Sangje hát cho Milarepa nghe
Giáo lý "Làm Vơi Tất Cả Sầu Muộn":
"Biến tất cả nghịch cảnh thành vận tốt
Bất cứ ý nghĩ ngông cuồng nào nổi lên
Chỉ cảm thấy vui....
Bất cứ gặp điều gì, chỉ thấy an lạc."
Milarepa đáp lại
Bằng "Khúc Hát Của Người Điên"
Ví những pháp tu là quỷ làm ông điên
"Những con quỷ Tâm và Khí
Đã khiến tôi, Milarepa, điên.»
"Tôi có nhiều bệnh,
Và tôi đã chết nhiều lần.
Chết những thành kiến của tôi
Trong lãnh vực mênh mông của thầy."
(hai bài hát xướng còn rất dài)

Vơi tất cả sầu muộn
Và khúc hát của người điên
Anh chỉ mượn hát em nghe
Mong em vơi tất cả muộn sầu

(101217, 3:35 am, gấp lại lần đọc hai, Đạo Ca Milarepa)

giữa một thời kinh

Đôi khi tâm hồn bơ vơ
Không một duyên cớ chỉ là hoang vu
Giống như trong động tịnh tu
Ngoài kia lửa cháy mịt mù sơn lâm
*
Năm tàn - ngày lụn - liêu xiêu
Gợi lên tư tưởng hắt hiu vô thường
Nhìn gương mặt thộn trong gương
Thấy đời đã những dặm trường phôi pha
*
Thơ ngồi nhìn nắng lung linh
Nàng vừa xong một thời kinh cúng Rằm.

(013118)

ái túy

Một lần có tình yêu
Là tim sẽ nghiện tình
Hợp bôi là ái túy
Ly bôi là ái tình

Đôi mắt ướt thôi miên
Môi mọng khêu lòng điên
Ngực nghiêng thở thơm gối
Là Cocktail chuốc say

Thủy mật như thần linh
Em siết cực lạc lên
Sung sướng vô biên giới
Cả vũ trụ ngừng trôi

Một hôm chợt bạch hóa
Ca dao về đóa hoa
Tình yêu thành ái túy
Ái tình thành ly bôi

(030818 giấc mơ vỡ)

trăng hẹn 150 năm

Trăng và trái đất hẹn nhau
Một trăm năm chục năm sau cận kề
Rằm tháng Mười Hai năm Kê
Trái đất ôm trọn trăng thề về thăm
Nguyệt hằng đỏ mặt trao thân
Rực hồng da thịt giao hoan nhập tình

Xưa Hàn Mặc Tử hận tình
Trong thơ trăng máu đẫm hình hài đau
Thổ huyết vào trăng cuồng sầu
Thơ rao bán mảnh trăng màu thê lương
Trăng xưa tình ấy đoạn trường
Nay nhìn nguyệt đỏ rực hồn thi nhân

Nụ rằm sà xuống thật gần
Ngước lên môi chạm vào nàng trăng thanh
Nên Hàn hộc máu vào xanh
Ôm trăng đỏ máu rao thành bài thơ
Mộng Cầm ơi! Trăng đợi chờ
Nhưng tình đã huyết lệ bờ bến duyên

Trăng này rồi biệt thiên niên
Hôn nhau một nụ gọi huyền tích thơ

ghi chú:
(013118, đêm rằm, nguyệt thực, trái đất ôm vầng trăng, gây hiện tượng trăng máu, trăng xanh, trong một đêm có 2 lần trăng tròn và đây là khoảng cách mặt trăng gần địa cầu nhất sau 150 năm)

đón xuân

Việt kiều về nước tăng lên
Khiến cho chợ búa phát rên phát rầu
Năm rồi hoa Tết ứ sầu
Chợ Xuân ế ẩm – Tửu lầu trống hoang

Little Saigon cờ giăng
Đón Xuân đông khách thập phương đổ về
Những người không thể về quê
Tìm không khí Tết thì về quận Cam

Nhiều chùa tổ chức chào Xuân
Đêm Ba Mươi Tết ăn mừng hát ca
Múa lân, đốt pháo, lộc quà
Lì xì em bé, các bà xin xăm

Ở nhà thì cúng tổ tiên
Mâm cơm đưa đón dâng lên ông bà
Mời về dùng bữa thăm nhà
Phù hộ con cháu đại gia phát tài

Còn ai đơn chiếc lẻ loi
Đón Xuân không bạn thì chơi một mình
Ai có chút bạn thân tình
Nâng ly rượu Tết xập xình chúc nhau

020718, 22 âl.

áp lực đời sống

Áp lực đời sống như con ma
Ma áp lực có rất nhiều mặt nạ
Có kẻ điên xó chợ đầu đường

Đã thấy biết bao gương mặt
Ẩn tàng sợ hãi lo âu
Nàng một nữ nhân gan dạ
Bị ốm không than nhưng khóc

Đường chồng vợ mãi chia tay
Nỗi sợ-đàn-ông luôn ám ảnh
Bông nở tím lục bình hoang dại
Dòng sông đưa con nước dạt trôi

Tôi với nàng kết đôi bạn-đời
Ngon miệng bữa cơm - ấm giường lạnh
Cảm tạ bình yên - lòng yêu ái
Nắm tay bước trên đường nhân gian

Chỉ cần vợ ngã bệnh thôi
Chồng đà lo nghĩ sợ đời lẻ loi

(031618 nhà tôi ốm)

buồn lên mái đầu

Bỏ buồn vô computer
Trạm gác vi khuẩn không cho nhập vào
Bỏ buồn vô việc layout
Buồn thành nghệ sĩ văn hào thi nhân

Buồn vô tình rơi vào cơm
Nuốt vô mắc nghẹn miệng nôn ra ngoài
Buồn hòa vô rượu thêm say
Ém vô khói thuốc thì bay vào hồn

Thử bỏ buồn ngủ trong hòm
Hồn buồn đêm hiện thành rồng nhe nanh
Thổi buồn lên đồi cây xanh
Đến khuya buồn nở trắng tanh sương tràn

Đành treo buồn lên nụ trăng
Trái trăng mười tám đỏ oằn mái hiên
Buồn bâng quơ mà phát điên
Thấy buồn tênh giống rồng tiên lạc hồng

Cuối cùng buồn vẫn lai rai
Nhưng mà chẳng biết buồn ai bây giờ?
Buồn này không biết bỏ đâu
Bỏ lên mái tóc mái đầu Việt Nam.

(040518 chiều lạnh)

xuân mai

Một nụ mai vàng sót ngọn cây
Mặc sương mù mịt nở hây hây
Tiếng chim gọi sáng người thức dậy
Sinh thái muôn loài nhẹ vươn vai

Đóa Mai nở cuối mùa đang thấy
Vô-Ngã mà vô-cùng-yêu-đời
Như thị hiện pháp vô ngần ngại
Tặng đời lặng lẽ tâm-không-lời

(022518 chủ nhật 4:06 am.)

tháng tư hú

Tháng Tư xứ tị nạn
Hoa sa mạc nở tràn
Tưởng về một phương Nam
Tháng Tư rực đỏ phượng

Đất Bắc những bờ sông
Tháng Ba hoa gạo nở
Tháng Tư rợp cờ giăng
Cả nước đỏ khắp cùng

Phượng đỏ của Hải Phòng
Phượng tím của Cali
Hai kẻ đi ngược đường
Cùng đến trạm xa quê

Trồng quanh hồ cây quý
Giống hoa trái quê nhà
Bầy cá Koi già trẻ
Kiêu hãnh cõi sơn hà

Tháng Tư tiết Thanh Minh
Đồi Hồng viếng mộ Ba
Đến chùa lạy ảnh Mẹ
Nghĩa trang thăm bạn bè

(041918, rêu xanh hồn cô tịch)

em thơ

Em thơ không là vợ
Không là nàng giăng tơ
Chỉ làm người nối khố
Đơm vá sầu não phô

Em thơ là chiếc gối
Là chăn ủ quen mùi
Có khi em mưa rơi
Em gió hạn bức người

Em thơ chợt buông tay
Người thơ buồn hoang dại
Em thơ chợt vô hình
Người thơ buồn ngã bệnh

Em thơ xa nhiều năm
Người thơ đơn chiếc bóng
Chiều thường xuyên lóng ngóng
Trông tội nghiệp não lòng

(060918 những ngày lặng lẽ)

nghịch lý

Tâm hồn còn vô vàn thơ đẹp
Ca tụng tình và cuộc đời tươi
Sao trái tim cứ nhỏ máu hoài
Định mệnh hãy trả lời câu hỏi?

Trái tim còn ngập tràn lời nói
Tỏ tình dâng ngôn ngữ tín đồ
Đặt em ngồi trên ngôi cao quý
Phủ phục quỳ xưng trái tim si

Ta tàn hoang mùa rừng trơ trụi
Đến con sâu không buồn hàn huyên
Người đi còn lại căn chòi rách
Nhốt ta mùa nước lũ mênh mông.

Mắt vẫn ngắm hằng hà vẻ đẹp
Những bình minh thu hạ xuân đông
Nhìn chi nỗi lá vàng mưa trắng
Nhìn chi lòng sương lệ tàn trăng

Nhìn kiều nữ khoe thân bãi biển
Nhớ dung nhan yểu điệu thẹn thùa
Nhớ nhiệt cuồng nhịp thở ái ân
Rên siết nhập thân tìm tuyệt đỉnh

Cười vẫn nhớ tương phùng tao ngộ
Nhớ bàn ăn lụn nến rượu lâng
Nhớ khúc khích ấp vào ngực thở
Dạ ngọt ngào mắt nhu mì ngoan

Im lặng ơi mi là tiếng khóc
Không âm thanh như đập nước đầy
Hãy rút chặn cho tuôn tiếng động
Cho khóc cười diễn tả phát âm

Đừng cười buốt như tiếng khóc
Đừng cười điên mất quê hương
Hãy cười dòn như tuổi trẻ
Khi tình mở cửa đón tim.

Mai kia thơ cạn hết lời
Em khi ấy đã là người vô ngôn
Mai kia thi sĩ không còn
Hồn Thơ khi ấy là con-thơ nàng.

(052818 im tiếp tục vỡ)

thơ bay

1.
Người kia mất biệt tăm hơi
Người này rời chốn phố đời vô tâm
Chàng than lỡ - Nàng than lầm
Lỗi lầm lầm lỡ lầm bầm thở than.

Thơ như lá ngọc cành vàng
Tiến vua rồi biếm lãnh cung lạnh lùng
Thơ như phù thủy, giai nhân
Hiện ra. Biến mất. Thiên thần. Cuồng điên.

2.
Ngày tình tuyên bố ra riêng
Tâm trạng hoang đảo trĩu niềm hoang vu
Khép lòng kín như thầy tu
Gió mưa hát xiệc khóc mù cải lương.

Thơ như cô gái đứng đường
Đàn ông bắt cặp giải buồn mua vui
Thơ bất hạnh biếm tàn phai
Thời nay mấy kẻ ở đời với thơ.

3.
Chuông chùa ngân chùng hư không
Như bài thơ cất giọng ngâm đậm buồn
Lan vào chiều gió hoàng hôn
Tấm tình nhớ cố nhân quần trong tim.

070218

khoảng cách

I.
Khoảng cách
Rất hẹp hay mênh mông
Hay gần trong gang tấc
Đừng nghĩ.

Thơ mộng hóa mùa hè
Cô gái nhuễ nhại ướt
Hừng hực lửa dậy thì
Truyền nỗi nhớ bồng bột
Quần thảo rớm mồ hôi
Nhưng hắn không thể nào
Nhảy tỏm vào hố thẳm
Nơi con đường ngã ba.

II.
Người làm người kia im lặng
Người làm người nọ nhớ người kia
Ba con ốc mượn hồn kình nhau.

Khoảng trống là cách quân bình
Giữ cho độc lập và yên vị
Khoảng cách điều hành trật tự
Cung cấp ranh giới cho tự do
Khoảng ngăn giữa con người
Hẳng là ý nghĩa.

III.
Tự do còn lại rất giới hạn
Như số tiền phòng thân.
Chưa biết cuộc tình rồi ra sao
Không đổ lỗi ai.

(071918. Đuối việc. Vớ vẩn)

nước vỡ

Như thắp nến khơi lên
Mắt long lanh gợi tình
Môi mọng than hồng nghênh
Khích nụ hôn điện truyền

Xinh ơi, như ghềnh đá
Dang tay ôm sóng đùa
Tiếng sóng bật gào ra
Là nỗi lòng nước vỡ

Người giống đá thẩm thấu
Vị mặn lệ biển sâu
Đời biến thành tượng muối
Ngày em khóc trên vai

Cấu tạo một vở tình
Kịch bản sóng ghềnh đá
Khép lại một vở tuồng
Người yêu biển hóa muối

(080418 mùa hè xinh)

bolsa chợ đêm hè

Chiều tan chìm lênh đênh
Phố mùa Hè chợ đêm
Người hóng vui đổ đến
Những chân dài kiệu kênh

Nắng vàng nung da nâu
Cô nàng như kem dâu
Gió nồng thơm bắp nướng
Chợ vui đêm nhóm tàn

Mang đêm-phố ra biển
Nâng nhớ nào chưa quên
Thả vào sương vừa đến
Những gì còn trong tim

080818

tờ lịch ngày

Thành phố giam gã bốn mươi năm
Không còn nhớ gốc gác xa xăm
Chẳng mơ gì tương lai ảo tưởng
Gã là tờ lịch ngày xé và còn.

Thế là gã cùng đường bí lối
Không hành động chi - không một lời
An phận getto như Do Thái
Đọc kinh cảm tạ sống một ngày.

Không phải Do Thái - là Việt Nam
Giống người nổi tiếng phương Đông
Biển Thái Bình đã phen chứng kiến
hằng triệu người tìm đất dung thân.

Gã tự do thành tên hư đốn
Án ly hương cô độc chung thân
Chất người dần thành chất dã nhân
Sống với cỏ cây trăng biển rừng.

Bệnh trầm kha dường như trở nặng
Tiếng trong đầu không dịp phát âm
Như sóng dưới đại dương im lặng
Bão tố tập trung sẽ bùng sóng thần.

Nietzsche thét *"Thượng Đế đã chết"*
Gã niệm *"Um ma ni pat me hum"*
Cầu thị hiện Quán Âm Bồ Tát
Little Saigon mọc chùa như nấm.

(090218 chủ nhật)

tiếng thở thơ

Vẫn xào xạc trong ta
Thơ như gió đon đả
Chữ đun đưa như lá
Đọt thơ xanh chưa già

Trong rì rào sóng đêm
Thơ như thủy triều lên
Chiêng chao như chim liệng
Mùa nước nổi mông mênh

Như hạt hoang nẩy mầm
Chưa biết sẽ cây bông
Hay chỉ loài bụi rậm
Hay nấm dại chồi âm?

Như phấn hoa ong mang
Cấy đài mật giao hoan
Thơ là cuộc động phòng
Phấn ngoại tình nhụy bông

Đừng nặng lời với thơ
Thơ mộc mạc như cỏ
Thơ rực rỡ như hoa
Thơ mỏng như hơi thở

Thơ nhịp điệu mùa màng
Thơ luân lưu huyết quản
Là tất cả từ nàng
Tặng cho chàng lang thang

(100118 những ngày mất ngủ nặng)

rồng rắn

Buồn trĩu ngày rệu mưa bay
Lệ bão rơi vây con phố gầy
Nấm dại non trồi nép ẩm cội
Như nhúm buồn rười rượi bầm tươi

Mưa rụng trên vai bạn lên đường
Người lên xứ Bắc, kẻ về Nam
Tiễn bạn râm mưa bến xe khách
Hốt nhiên buồn ta gã cột chân

Bạn và ta tiền kiếp thiên long
Tình ôm không chặt rơi đáy sông
Cửu Long chín khúc tuồn ra biển
Từ lúc Tiên đi - biệt tích Rồng

Ta lắng nghe đã nhiều im lặng
Im lặng nén càng tích cực nặng
Như núi Ngũ Hành đè Ngộ Không
Như sức nặng lời nàng bủa giăng

Nghiệt ngã nghiệp duyên tình rồng rắn
Rồng chốn thị phi hóa chuồn chuồn
Đậu khi vui và bay khi buồn
Lời nguyền còn rơi trên môi hồng

*(101518 ngày gió cuồng trời,
và Phạm Vũ, Trần Quảng Nam)*

chiếc hài thành phật

Chàng không thể thoát bàn tay nàng
Trái tim không cần nơi tị nạn
Dẫu trốn núp dưới địa ngục sâu
Tình yêu vẫn đến túm được đầu

Lõm nhà một nhúm thơ phơ phất
Mùa thu về khơi thơ ẩn khuất
Trăng ngả xuống đỏ tươi trái đất
Nhìn nâng niu trăng thu nhớ ai

Bồ Đề Đạt Ma còn chiếc hài
Quảy trên gậy trúc trở về Tây
Ta mang chiếc hài nàng bỏ lại
Thiền quán mười năm tình còn say

Tình pass port còn lại chiếc hài
Đã nhiều chân thử vẫn còn đây
Ngồi ngắm hài mòn năm khuyết thạch
Còn nguyên công án *"nữ là ai?"*

Từ độ vô ngôn thản nhiên lặng
Bãi bờ ngôn ngữ sóng thôi vang
Trái tim bỗng ngạt ngào ánh sáng
Chiếc hài thành Phật nhập vô tâm

(101619 gửi Phạm Vũ)

pha vào

1.
Nắng pha sang khóm hồng tươi
Mấy bông khuất nắng bồi hồi trông theo
Pha em vào nắng mỹ miều
Pha tôi vào một bóng chiều lung linh.

2.
Khi tim pha ái vào tình
Là pha đau khổ vào mình ly bôi
Khi em pha vào trong tôi
Đời tôi sau đó pha mùi bơ vơ.

Tôi pha tôi vào trong thơ
Hiện hồn quá khứ mơ hồ tương lai
Tôi ngồi thả buồn khỏi vai
Pha lòng vào nắng pha ai vào lòng.

3.
Yêu là pha có vào không
Tình là pha những nỗi buồn vào vui
Thơ pha tôi vào biển trôi
Nước pha con gái qua trời giao lưu.

Nàng mở âm pha dương vào
Thấy tôi không phải là màu hợp gam
Pha thế giới vào Việt Nam
Pha gương vào mặt xem Rồng hay Tiên?

(110318 im lặng pha một chút)

gió cuồng

Gió về từng cơn tung cuồng
Nẩy bần bật những yên ắng
Không thổi bay được màu nắng
Xáo trộn quang cảnh khu vườn.

Chợt ước nỗi lặng trong lòng
Có ai thổi tung thành gió
Mùa thu úa màu trầm cảm
Lạnh những ý tưởng đông sang

Bức xúc của gió bùng vỡ
Cây bông quằn quại né tránh
Trận hành hung lên hiền lành
Gió vũ phu bông vũ nữ

May gió không phải gã người
May bông không phải cô gái
Mùa thu mặc áo nâu sòng
Nỗi lòng chưa thành gió cuồng.

(111218, lại gió cuồng về)

ngọc trai

Một ngày Trai mất ngọc trai
Con Trai trong bụng buồn xây xước đời
Trai buồn tạo ngọc tiết vôi
Người buồn bơm rượu cho vơi lòng người

Miệng thì nói yêu một đời
Tim thì giấu kín nhiều người đã quên
Tình thì đen như màn đêm
Thơ ngược lại tả tình huyền là trăng

Hạt trai lấy làm nữ trang
Còn tình ai lấy đi làm khổ đau

2017

ra phố

Sáng nay ra phố thăm đời
Phố chào tôi hỏi lâu rồi ở đâu?
Bâng khuâng nhìn rặng trúc đào
Dường như mình ở nơi nào rất xa...

Sáng nay xuống phố la cà
Cà kê dê ngỗng mới là cà phê
Buôn chuyện như buôn dưa lê
Lá thu phong đỏ ủ ê con đường...

Tháng Tạ-Ơn lạnh ươn ươn
Trong cà phê có quê hương ngùi ngùi
Dăm ba bằng hữu bên đời
Nghe ra cũng ấm lòng người sang Đông...

Lái xe ngắm dọc tàn Thu
Nương đồi vàng chín đỏ nâu trĩu lòng
Nhặt lên vài chiếc lá phong
Chỉ còn một tháng nữa Đông lại vờn...

Ra phố tìm lại cái ồn
Về nhà cái miệng cái mồm nín khe...

(112017 cà phê Hạt Ngò)

hai thái cực

Sống bên người năng động
Một người không âm vang
Sống bên cạnh vườn bông
Tuổi già chưa ở không.

Sống cạnh dòng lưu thông
Trăng chưa bị tai nạn
Vẫn về thăm mỗi tháng
Căn mobile home hồng.

Bàn ghế sống ngoài sân
Bài thơ tựu trong lòng
Nghĩa trang luôn có khách
Gia trang vắng tình nhân.

(112118)

mưa hẹn

Tin báo mưa đẫm mấy ngày
Ô dù đã xuất hiện ngoài đường đi
Phố Sài Gòn Nhỏ Cali
Mừng mưa như đón mẹ đi chợ về.

Trời giăng mưa gió bốn bề
Mây đen kín nỗi nhiêu khê chập chùng
Mưa lạnh lùng - Mưa rưng rưng
Như jazz lướt nhịp - Blue chùng lắt lay.

Cô em hẹn gặp hôm nay
Hai mươi năm cũ bay đầy trong mưa.

(8:00 am; 112918, gặp lại Trúc Linh)

trong màu mưa

Xám trong im lặng màu vườn
Vàng xanh hồng đỏ rũ buồn ướt run
Đang màu tươi thắm nắng hun
Gió mưa một trận đã ngần ấy rơi.

Sắc màu là bởi tâm tư
Hiện hình cảnh vật ra từ buồn vui
Màu hồn nhiên là màu thôi
Dù sâu dưới biển hay ngoài bao la.

Mấy ngày phố đẫm mưa sa
Màu Đông lạnh lẽo – màu hoa u sầu.

(120618, ngày thứ ba mưa)

yên lặng tấu khúc

Khua động cho đời sống-động
Sắc màu cho cảnh đổi tông
Lung linh cho rung tâm hồn
Gõ tim cho mở hang động.

Yêu thương: trái tim đã làm
Tư duy: tâm hồn đã làm
Sinh động: một thời đã làm
Yên lặng: đến lúc tập làm.

Mùa tuổi ngày vắn đêm dài
Ngủ ít. Thức nhiều. Gọn lại.
Thời gian nhanh như máy bay
Không gian hẹp còn gang tay.

Những đã làm không bận nhớ
Lũ phế tích thôi trăn trở
Còn lại dăm bài thơ
Còn đôi vợ chồng ăn ở.

Chẳng muốn được gì thêm
Thừa thiếu cứ tự nhiên
Vui buồn cứ hồn nhiên
Mệnh sống cứ thản nhiên.

(121218 đêm thức với Beethoven)

tương phùng

Một hàm răng giã từ cái miệng
Môi không còn kiếm chuyện nở bông
Cái cằm móm lùi vô trong
Gương mặt cơm nếp như ông cụ già.

Đầu tóc cứ lai rai trổ trắng
Đời xanh nay rau đắng thôi xanh
Sầu riêng già rụng một mình
Bí bầu hết ngủ chung trên một giàn.

Hai mươi bốn năm sau gặp lại
Cô em thời con gái lẵng hoa
Mấy ông anh tuổi đã già
Bông hồng xinh cứ nở ra ghẹo người.

Người trở lại quê cha đất tổ
Kẻ làm thân khách trú xứ xa
Dòng đời sông nước chảy qua
Phù du làm sóng - phù sa làm bùn.

(121118, ăn trưa với Hải Hồ, Quang-Trúc Linh, Trịnh Y Thư)

âm nhạc

1.
Nhạc-lời hát nhỏ nhẹ
Thong thả audiophile
Giàn đàn đệm giản dị
Bồng bềnh nốt tỉ tê

Hồn trôi theo dòng lời
Thổn thức nỗi yêu người
Buồn vời vợi chia phôi
Đẫm kỷ niệm tuyệt vời

Không kém jazz hay blue
Ngất thở ngạt dã dượi
Voice là loại nhạc lời
Tình tứ hát chơi vơi

2.
Nỗi lặng lẽ của đêm
Bạn với nhạc cổ điển
Nhạc hòa tấu độc tấu
Nhạc ca-lời lênh đênh

3.
Nàng giống như âm nhạc
Có khi là hùng ca
Có khi vui rộn rã
Có khi buồn bao la

121918

ẩn ngữ màu

Trái đất tô son trời, điểm phấn trăng
Dung nhan không nhất thiết trang sức
Như cá biển sâu mình lân tinh
Thân thể bật đèn xanh thu hút.

Màu áo chùng thơ mộng nữ tu
Màu mắt huyền nhung chứa tâm sự
Áo tím quần jean gợi kiều nữ
Màu khoác lên thân là ẩn ngữ.

Như ớt cay tình yêu khích thích
Bằng vô thức nữ chọn vị ngọt
Dại dột nam nhân hống hách
Nghiện toàn chất đắng cay độc.

Vẽ dương màu trắng, âm màu đen
Ánh sáng kiêu hãnh xóa màu đêm
Màu đen thu liễm mọi màu đến
Anh màu chi cũng trong tay em.

(121418)

phố sớm

Sương ngan ngát giăng phố sớm
Cô đọng buồn xám lạnh Đông
Cuối tuần người còn trong mộng
Buồn nào lay dậy sầu sương

Sương tan sao bóng hình không tan
Mộng tàn sao giấc mơ không tàn
Hiện tại hay bài thơ dĩ vãng?
Hồi niệm hay tình ca âm vang?

Nắng lên làm trò phá bỉnh
Sương vội chia tay bình minh
Đôi khi ghét một ngày mới
Bặt không vang một tiếng cười.

(122218, ngày sương sớm)

tấm thiệp nhạc noel

Ai người thất lạc trôi lăn
Mùa Noel dậy nỗi buồn tha hương
Ai đời côi cút đơn phương
Lễ Tạ Ơn tẻ nhạt không một người
Ai người chiếc bóng lẻ đôi
Ngày-Tình-Yêu đến trêu ngươi nỗi niềm.

Chuông nhà Thờ - bài Thánh ca
Cất lên xoa dịu tình xa tình còn
Nhìn đèn nhấp nháy cây thông
Bâng khuâng nỗi nhớ bềnh bồng nỗi xa.

Trắng tuyết rồi sẽ xanh ngàn
Thôi thì về đợi xuân vàng nở hoa
Cửa nhà ai đặt gói quà
Có tấm thiệp chúc mở ra nhạc mừng.

122418)

viên đá bệnh

Viên đá một hôm bệnh
Sốt lạnh hồn lênh đênh
Lạc vào Hồng Lâu Mộng
Thấy đá là đàn ông.

Thấy tôi tiền kiếp đá
Thấy đá hóa thành tôi
Thấy em ném viên cuội
Lên trăng sống lưu đày.

Gốc đá nơi ghè biển
Sóng bổ - đời rêu lên
Những con chim ghé đến
Dừng chân rồi bay lên.

(122318, Noel đọc lại Hồng Lâu Mộng)

nỗi ôm...

Không ôm được trái tim
Chỉ là ôm chân tay
Có khi ôm ân ái
Chỉ là ôm hình hài.

Không ôm được tâm hồn
Chỉ là ôm đôi mắt
Có ôm trọn gương mặt
Vẫn là ôm khoảng cách.

Không ôm được tấm lòng
Chỉ là ôm môi son
Nghe trút lời nóng giận
Là ôm lấy quạnh không.

Không ôm được tình yêu
Chỉ là ôm tình cảm
Vừa ôm sợi tơ hồng
Tơ hóa ra thòng lọng.

Không ôm được "mình ơi"
Chỉ là ôm tiếng gọi
Lại ôm lấy đời mình
Lại ôm tim chờ đợi.

*(012219 một đêm lang
cùng Lại Tôn Dũng và Nam Quan)*

ngày gặp lại bạn chicago

1.
Tôi quan sát tôi không lời
Thấy tôi bao kiếp - Thấy đời bao tôi
Thấy bạn còn có lai rai
Thấy em về tối - ban ngày lại đi

Thấy bình trà đất uy nghi
Chung trà như một cung phi theo hầu
Thấy trùng tinh tóc bông lau
Lài đêm nở xuống cành dao ngoại tình.

2.
Con chim hút mật lẹn mau
Vù qua vụt lại vút cao phanh dừng
Tôi trong - tôi ngoài - chim đang
Ai thực sự kẻ đương quan sát nhìn?

Thuật Chcago tìm thăm
Tính ra, ba mươi bảy năm cách lòng
Cali sắp tháng cuối Xuân
Và năm tị nạn sắp năm mươi rồi !!!

(15 tháng 4, mấy ngày gặp lại anh Thuật từ Chcago sang Cali tìm thăm sau 37 xa)

bông sầu đâu

Không phải buồn - chỉ thấy trống không.
Tôi ở đâu mà nhà vắng bóng
Em ở đâu mà nhìn bốn phương
Tình ở đâu mà say ngất ngưởng.

Không phải buồn - chỉ mưa vang động
Không vang Phạm Công Thiện Bùi Giáng
Hát rượu máu đỏ rượu máu trắng.
Lửa nhà thờ Paris hét toáng.

Không phải buồn - chỉ nghe im ắng
Không tiếng đại bác không tiếng súng
Đồng núi sông rừng không tiếng động
Đất nước không biết chết hay sống.

Không phải buồn - chỉ giống khâu miệng
Tịnh khẩu cúi đầu thở hít êm
Không phải buồn - chỉ Sài Gòn Nhỏ
(Sài Gòn vẫn còn như bóng ma)

Không phải buồn - chỉ tăng tuổi già
Vắng con gần thương nhớ con xa
Không phải buồn - chỉ gió nghĩa trang
Gió mùa Đông nhớ sông nhớ ruộng.

Không phải buồn - chỉ Tết rộn pháo
Mấy ngày Xuân không khách viếng chào.
Phượng tím nhuộm đường vào tháng sáu
Bông sầu đâu nào nói gì sầu đâu.

(050419, một hôm nhớ bông sầu đâu và Phạm Vũ)

cảnh tuổi già

Trời u lạnh - thi sĩ buồn
Nàng u ám - thi sĩ bệnh
Bạn khổ đau - thi sĩ thương
Vĩnh biệt người - Say ngất ngưởng.

Chim trống hót - chim mái đến
Thơ tán tình - tình lênh đênh
Nhạc thất tình - tình rời bến
Trái tim đến - lòng đã tịnh.

Đồng hồ lủ khủ xung quanh
Tai nghe nhạc treo như tranh
Phim sách đĩa nhạc đầy vách
Mấy cây guitar lạnh tanh.

Computer như người tình
Ngón tay lùa trên núm phím
Bàn tay úm vun con chuột
Mắt xăm xoi cửa màn hình.

Chỉ là cái cảnh tuổi già
[Làm. Nghỉ. Chơi. Nghĩ. Im. Ngủ.
Bạn đến. Nhậu vui. Tàn tiệc.
Vắng việc. Buồn thiu. Làm thơ.
Vắng nàng. Hút thuốc. Uống trà.]
Kể cho có chuyện nói ra với mình.

(051619)

âm thinh trong thinh lặng

Nhìn chỉ thấy đêm lặng thinh
Nhưng trong mình trổi xập xình thinh âm
Nhìn cây cỏ ngủ tịnh im
Nhưng trùng dưới đất tấu lên điệu sầu.

Sương dâng mờ mịt trắng màu
Như đêm thâu thở hơi sầu đang tuôn
Khắp thân người gã đàn ông
Buồn trong từng lỗ chân lông toát mùi.
*
Bí mật của truyền thanh âm
Cái tai nghe nhạc rất đồng điệu nhau
Âm thanh nén phát vào đầu
Nhiễu âm loại bỏ không vào tai nghe.

(0404, vỗ nhạc nổi mắt)

từ chim lặng lẽ bay

1.
Vườn ngơ ngẩn đến tàn Xuân
Điểm danh những chim bạn
Nàng chim đến hát tình ca
Đã lặng lẽ xa từ Đông sang

2.
Không tri kỷ chỉ là tri âm
Âm nhạc âm thầm âm dương âm thanh
Buồn thương buồn nhớ buồn ngập quanh
Tim cắt dây đàn lòng ngưng tiếng hát

3.
Tiếng hát sao đành không biết người ca?
Đàn tấu khúc Phượng Cầu
Phượng Hoàng nào ly biệt
Ta chụp tai nghe
Mùa Phượng đỏ Phượng vàng

4.
Nơi vườn không tiếng Phượng
Tiếng đàn sắt như trủy thủ
Tấu khúc "giang sầu" biệt ly
Nương tử ơi tiếng đàn theo gió
Nàng hát lên đàn gió sẽ hòa
Khúc tình Thorn Bird nhớ thiên nga

(Thứ Sáu 041919 và Phạm Hoàng Dũng)

vu lan rung lòng

Nhỏ nhẹ hỏi tình yêu
Tình yêu luôn huyền diệu
Từ bi và trong veo
Hãy cứ đẹp mỹ miều.

Vợ hiền như vầng trăng
Chung thủy một quỹ đạo
Hỡi trái tim đàn ông
Xôn xao đừng chênh chao

Con thời nay như đạo
Con yêu - hít hơi vào
Con buồn - giấu thở ra
Con xa - nhớ lệ nhòa

Ngoài ruột thịt còn bạn
Không ngần ngại xả thân
Đó là một tấm lòng
Cao cả như lính trận

Từ tốn hỏi tâm đạo
Bình thản sáng rực sao
Một kiếp người nghêu ngao
Ngày nao vĩnh biệt chào

(072719, mùa Vu Lan)

tướng tình yêu

Tướng Tình Yêu đã hồn nhiên
Tâm Tình Yêu luôn bất biến
Khi Tình Yêu là vô biên
Nàng hóa hiện bậc Bồ Tát

Nàng bỗng gây thơm bát ngát
Chàng bỗng tín đồ ngây ngất
Hồi hướng trọn cho trái đất
Tri âm hạnh nguyện vầng trăng

Như về nhà vào đầu Xuân
Muôn hoa rực rỡ rộn ràng
Mật sống đẫm vị lãng mạn
Mùa địa giới trời rải hoa

Cảm tạ người đủ chất Mẹ
Tri ân người truyền chất Cha
Tạ ơn duyên nghiệp trái hoa
Trân trọng tất cả nhân quả

Tóc trắng rồi sẽ cánh hạc
Một ngày thiên di xa đất
Chào ngọn Hy-Mã cao ngất
Và hạt bụi bay ngơ ngác

(081519 rằm tháng Bảy, Vu Lan)

tim đàn ông

Ngủ ngáy to, chồng vợ riêng giường
Đã thấy như chịu cảnh tai ương
Quơ tay tỉnh giấc vừa ác mộng
Ước chi có vợ để ôm choàng.

Mấy món "cơm chỉ" bày ra bàn
Ngồi ăn giống như một oan hồn
Căn nhà lạnh ngắt và trống hoát
Trả tội nào đây - kiếp đàn ông?

Đường đời biểu đồ digital
Còn đâu mượt mà parabol !!!
Chớ mơ trượt xuống đồi có dốc
Rơi thẳng - Vèo - tận đáy chôn !!!

Thỉnh thoảng hỏi dò - Này Tình Yêu
Tẩu thoát bằng đằng vân giá vũ
Nàng liêu trai sao vẫn quá nhiều?
Cuối cùng đổ thừa tại tim yếu.

(July 4, 2019 tặng mấy đôi uyên ương Ngô-Liên, Minh-Mai, Thắng-Diệu, Trung Thu-Bảo Bình, hoa phượng đỏ của tui; và Nam Quan, Khiêm)

ủ im lặng

Ủ im lặng mát không gian
Thời gian nở ẩm nẩy mầm đọt thơ.
Sống chiêng chao ngỡ chiêm bao
Nghi ngờ con bướm hao hao là mình.

Tình yêu là nguồn thiện sanh
Bi tâm dũng chí hình thành đạo nhân
Tuy nhiên bốn khổ tám đường
Ái tình là đập chặn nguồn nước tâm.

Một hôm im lặng bâng khuâng
Trái tim đứng giữa con đường ngã ba.

*(081619 chợt hoa sen Phạm Công Thiện
và bông Sún Nguyễn Diệu Thắng)*

Tranh Đinh Trường Chinh

pha vào **hồi niệm**

vấp giữa càn khôn

Chân cà lăm vấp giữa càn khôn
Gặp em cùng bước kết bạn đường
Uyên ương rẽ ngả ba đằng trước

Và cứ thế đời cà lăm cà khướt
Trắng với bầm cà pháo mắm tôm
Hạnh phúc vỡ như quỳnh nở vội

Ta lúc bước chân đời chao đảo
Trùng vây hố thẳm cất lời chào
Nổi máu giang hồ nam tử hán

Bước xuống đời kia vô ngại
Túi thơ mời chim phổ nhạc vui
Quán rượu bày giai nhân nhắm tới

Vun ngực trẻ không lời khiêu gợi
Đôi chân dài khích chuyện vô tư
Quảng cáo lực ngải bùa thiếu nữ
Nàng trình ra tác phẩm best seller
Đàn ông lại ngòi bom sắp nổ

Nhà lạnh tanh cửa đợi đón về
Đóng chốt như lòng khóa lại
Cuộc vui giải nhiệt diệt buồn
Thủ dâm cơn sầu thất táng

(080816)

trở lại san francisco

20 năm trở lại San Francisco
Tôi giống chiếc cầu cũ kỹ
Những dòng sống trôi qua
Trên lưng cầu sơn đỏ
Đời tôi từng sơn đỏ
Dòng tuổi xanh trôi qua

Ngồi rừng đảo Indonesia
Màu xanh biển thành lịch sử
Màu diệp lục rừng đưa hồi niệm bay
Về thời thanh bình xanh đồng nội
Tuổi hoa niên xanh hy vọng đòng đòng
Rồi chiến tranh sơn màu đỏ
Như bao lì xì

Xanh dương trong quốc kỳ Mỹ
Xanh lục trong cờ California
Xanh lên hy vọng
Lưu vong xanh phấn khích
Đạp trên thổ ngơi đế quốc
Bật que diêm trước tượng thần Tự-Do

Trở lại San Francisco
Tôi già như chiếc cầu mấy trăm tuổi
Em từ nơi màu đỏ
Đứng cùng tôi bên biển xanh

032117, Hải Phòng hoa phượng đỏ)

nàng cần thơ

1.
Nàng Cần Thơ hiện đến
Với tấm lòng như biển
Và miệng cười tươi hiền
Tóc dài mắt hồn nhiên

Lúc tôi rơi xuống vực
Chung quanh như ngục tối
Ốm o sầu mỗi ngày
Trái tim còn bất tỉnh

2.
Mỗi ngày nàng hiện ra
Cười kể chuyện Cần Thơ
Làm cơm kể đi mua bán
Chở con đến trường xe xẹp bánh trời mưa
Chuyện ba chuyện chồng thời kham khổ
Làm dâu, hái bạc, hầu chồng
Chồng thôi, ở đậu, đời tan hoang...

Sinh lực phục hồi - cuộc đời mở cửa
Tiếng cười nàng nuôi sống tôi

3.
Tôi khác nào gã bất nhân
Nhận mà lo phân vân
Như viên sỏi bị vất lăn
Nằm trơ không cảm giác

4.
Xuân đến nhớ ơn nàng
Nỗi buồn bâng quơ
Trái tim tàn lửa
Tạc dạ nàng Cần Thơ

(012717, 30 Tết Đinh Dậu, gửi Minh Hiếu)

sài gòn nhỏ say

1.
Thời học sinh say rượu say tình
Chiến tranh là hung thần ám ảnh
Mực màu tím - tương lai màu đen
Nhà nghèo. Tuổi lính. Đời chong chênh

Mạng lính mong manh thua sợi tóc
Biết bao trận rượu cười và khóc
Say nỗi quê hương màu tang tóc
Say tử sinh lạnh lùng tàn khốc

Ngày phép. Em tóc dài áo tím
Mẹ tóc lau. Đàn em như chim
Áo rừng xanh. Khói chiều buồn lịm
Mai lại vào mũi đạn lằn tên

Quán giữa đường - nước mắt quê hương
Rượu đế chuốc say cười còn sống
Mặc mẹ trời mưa đù má đời
Dô mày !!! Cổ vừa liếc mắt cười !!!

Ê! Ráng học! Đừng dính nghĩa vụ
Ít ra còn đứa viết văn thơ
Tụi bây là đại diện ước mơ
Của những thằng ngồi trên bàn thờ.

2.
Tôi đứa con nhà giàu sung sướng
Bạn lính đi phép về nhậu tung
Đều đều bạn chết ngoài chiến trường
Một bọn lại say khóc tiếc thương

Đất nước say đạn bom hành hung
Dân lành say chiến tranh kinh hoàng
Chủ nghĩa sắt máu say ảo mộng
Lính trận xung phong say khói súng

Cô gái say chàng trai hào hùng
Chàng say ánh mắt nàng u buồn
Tôi gục say bên áo quan bạn
Sài Gòn say cờ đỏ phương Nam.

3.
Bước lên đảo hoang chân say đất
Chuyến vượt biển hồn vía còn ngất
Suối ngọt thổ địa đãi khách thoát
Tử thần ngoài khơi hú gió hát

Say điếu thuốc lá vắng mươi hôm
Lều lá dựng lên còn xanh ươm
Đêm trăng đảo gió nằm lắc võng
Cassette lều xa vắng nhạc buồn

Đàn ông pha cồn nhậu cho vui
Cá biển vài con nướng làm mồi
Kể chuyện thoát chết, chuyện hải tặc
Kể chuyến vượt biên đầy nước mắt

Làm thơ trên mặt trong bao thuốc
(Cây viết quý như chiếc đũa thần)
Đây chuyện cô gái hải tặc hiếp
Chuyện vợ gieo mình chồng nhảy theo

4.
Từ đó ngoài say vui say buồn
Say khổ đau hay say hạnh phúc
Có say dành riêng cho nỗi nhục
Của một người đánh mất quê hương

Bài ca may cờ vàng sọc đỏ
Dựng cột cờ ngay giữa phố chợ
Tượng đài chiến sĩ, tượng thuyền nhân
Thành phố tên Little Saigon

Sài Gòn Nhỏ say bên mộ bạn
Quân đài lồng lộng cờ Việt Nam
Xứ người gửi thân bao chiến sĩ
Rưới rượu cho mồ say âm ti.

(Ngày sau ngày 30 tháng 4, 2019
Và những người bạn đã từng là chiến sĩ)

tiểu muội mặt ngầu

Little Saigon tím ngát
Trăng hoàng hôn mái lầu hạc
Tiểu muội mặt ngầu ở xa
Phải Sài Gòn hú tới nhậu.

Một hôm đàn hát rượu nghe
Những khúc Bolero hồi trẻ
Rượu chát chim Dove nướng vĩ
Dây đàn say giọng mải mê.

Tiểu muội bên biển ngàn dặm
Mặt không biết còn ngầu không?
Đã như vầng trăng chìm lặng
Ơn tặng rằm vàng còn vương.

Bằng hữu quanh mà độc ẩm
Người mù biệt dường sau lưng
Lúc vuột tay rơi cành vàng
Muội cười tiếng vỡ thê lương.

Không phải đẹp nào cũng phô
Cánh điệp vàng gói trong nhớ
Mở len lén dúi vào thơ
Quà ngàn vàng đẫm thu vỡ.

Muốn đốt sạch tàng thức
Nàng thơ lửa rừng rực
Mấy tấm ảnh điệp vàng
Một khuya dậy delete.

(090618, và muội H.P.)

bên triền phượng tím

Tình yêu lại bàng hoàng mất tích
Người trở thành phế tích trong tim
Em sóng vươn rồi soãi chìm
Dòng nước vĩnh biệt về miền viễn mơ

Từ buổi hẹn bên triền phượng tím
Tím rắc rơi cánh tiễn người đi
Hai mươi năm khắc biệt ly
Nơi hàng phượng mỗi năm ghi một dòng

Yêu như lúa trổ đòng đòng
Buồn như ngàn ruộng chín vàng mênh mông
Bình minh soạn giả hôn hoàng
Kéo màn đêm diễn vở tuồng nội tâm.

(083118 ngang qua triền phượng tím)

người áo tím

Người mặc áo màu tím
Người đến gặp trao tim
Người đó theo qua biển
Kết thành đôi chim uyên

Người đó gặp người kia
Người kia rời người nọ
Người nay xa người xưa
Người mình thành người lạ

Người mất người bạn đời
Người này không còn ai
Phượng tím tàn mùa rơi
Nhà ai áo tím phơi.

(090318, lễ lao động)

ta dạy trăng làm thơ

Chiều tháng Chín trăng sà xuống phố
Rất gần và to như bánh đa
Khuya thức thấy nguyệt trên vai núi
Sương khoác vai trời một vòm ngà

Ta dạy trăng làm thơ khi nào nhỉ?
Khi gác đầu lên ngực chị giữ em
Ngón tay vẽ trăng khoanh tròn ngực
Hỏi trăng tròn giống ngực chị vun?

Ta dạy trăng làm thơ nhiều dịp lắm
Lúc trái tim thú nhận yêu ngầm
Lúc cô bạn đạp xe đến thăm
Hè chia tay kẻ thành nhớ đứa ruộng
Đứa vườn nhớ đứa chợ biên thư
Đứa bên sông nhớ đứa bên bờ
Em về biển nhớ chàng chân núi
Cậu nhà giàu nhớ con bạn quê...

Trăng dạy ta làm thơ bao giờ nhỉ?
Dường như từ tình yêu biệt ly
Tình đi tan tác rơi như phượng
Nam nhi cường tráng mềm như tương

Trăng dạy cho lòng thấm nỗi thương
Đêm trăng vừa nở đóa Quỳnh hương
Khi đài hoa rũ tàn sinh lực
Tiếng đàn thê thiết rơi hạt sương

Trăng vẫn mới bên ta một đời
Thơ của trăng diệu quang không lời
Thơ của ta diệu âm tim người
Ta và trăng thơ đồng một nỗi

Một nỗi tình yêu người không biết
Một nỗi quê nhà trời không thương
Một nỗi lưu vong lòng thê thiết
Một nỗi đàn con trôi lạc dòng.

092718

nỗi nhớ già

Quên như hồ gương - Nhớ như trăng về
Một sắc thái mông lung buồn lê thê
Tĩnh lặng quên lại rực lên tranh vẽ
Những nỗi quên đẹp vàng tươi bên hè.

Những cô gái trong lãng quên hiện ra
Như quan tòa im lặng nhìn tội đồ
Tội của trái tim - Tình của duyên số
Của một gã tâm hồn mãi ngu ngơ.

Những người bạn thân tình quá cố
Thỉnh thoảng về trong giấc mơ
Vẫn nở nụ cười ghẹo tở mở
Ấm lòng dù bạn có thân sơ.

Mấy nàng từng phu thê chăn gối
(Không mối hận tình nào khi lìa đôi)
Chỉ còn yêu thương mê đắm một thời
Nhớ vui trong mắt - Nhớ buồn trên môi.

Này!! Còn nỗi sầu quốc phá gia vong
Con chim Cuốc đã khan lòng im lặng
Thi thoảng hiện hình như một vầng trăng
Cho Hàn Mặc Tử than thân trách phận.

Những nỗi quên nở như hoa buổi sáng
Người bạn đời như mảnh vườn bình an
Lòng thi sĩ trôi bồng bềnh lãng đãng
Như con bướm vờn hoa còn lang thang...

(032819, sau một đêm nhạc guitar nhớ Vô Thường, Phạm Công Thiện,
Nguyễn Tất Nhiên, Lữ Mộc Sinh, Nguyễn Thu Vân, và Bạc Liêu ...)

chim hút mật

Giò lan từ độ theo người
Con chim hút mật chịu đời bơ vơ
Nhớ khi hoa mật ngọt ngào
Ái ân hạnh ngộ hiến trao nhụy lòng

Kẻ săn lan đến chốn rừng
Đoạt giò lan dại – phá nguồn yêu đương
Chim hút mật mắt não nùng
Đứng yên vỗ cánh nhớ nàng niệm kinh.

2017

nhớ ơi

Nhớ ơi nhớ nhớ quá chừng
Nhớ như chàng cá nhảy tung lên trời
Nhớ như ong nhớ hoa cười
Mật tươm ngọt lịm vành môi cánh hồng

Chỗ nào của nhớ cũng thơm
Ghế ngồi vạt áo má hườm tóc lay
Nhớ nơi cúc áo chưa cài
Nhớ từ ngón út đến đoài suối tiên

Nhớ khi gọi nhớ bằng xinh
Tiếng ngon ngây sướng giọng tình ngất thương
Nhớ đêm đôi ngã đôi đường
Mưa giông thê thiết sấm gầm sét bay

Nhớ ai khi chuốc rượu say
Ly vừa cạn đã rót đầy nhớ vô
Nhớ ai tràn vào bài thơ
Nhớ ai ra biển thấy đò sang sông

(051818)

phương trời xanh

Phương trời xanh! xanh phương trời xanh!
Gặp lại nhau còn xanh long lanh
Đất khách giống xứ ảo mộng
Trời xanh phương trời trong lòng.

Xứ người gặp nhau xúc động
Cậu già - cô cháu trung niên
Cánh diều ngày xưa kỷ niệm
Bay múa sáo trên dòng sông.

Thuở thanh niên đầy mơ mộng
Sinh lực tràn trề Cửu Long
Thanh xuân như hoa Hải Đường
Ngộ độc trái tim hoang tưởng.

Những người từng yêu thương
Bạn bè xưa chung trường
Cô học trò vấn vương
Cô thôn nữ não nùng
Những tình không ngày mai
Trời xanh mù tương lai
Suối tóc lưng áo dài
Lệ lính trận rượu say...

Phương trời xanh phương trời gọi
Những phế tích xanh đời trai
Nhuộm đỏ bao năm dài
Chợt hiện thành ưu ái.

Phương trời xanh về lại quê hương
Người đàn ông trôi qua năm trường
Nỗi buồn lặng lẽ cường toan.

Tình yêu tâm hồn lưu cất
Như thời kinh còn phơ phất
Như trầm hương thơm điện Phật.

Khoảng đời thơ mộng xanh bâng khuâng
Đời ta thơ ấy lưu trữ những
Nhịp điệu u tình xanh hoài hương.

(111518, Little Saigon và cô cháu Thanh Phương)

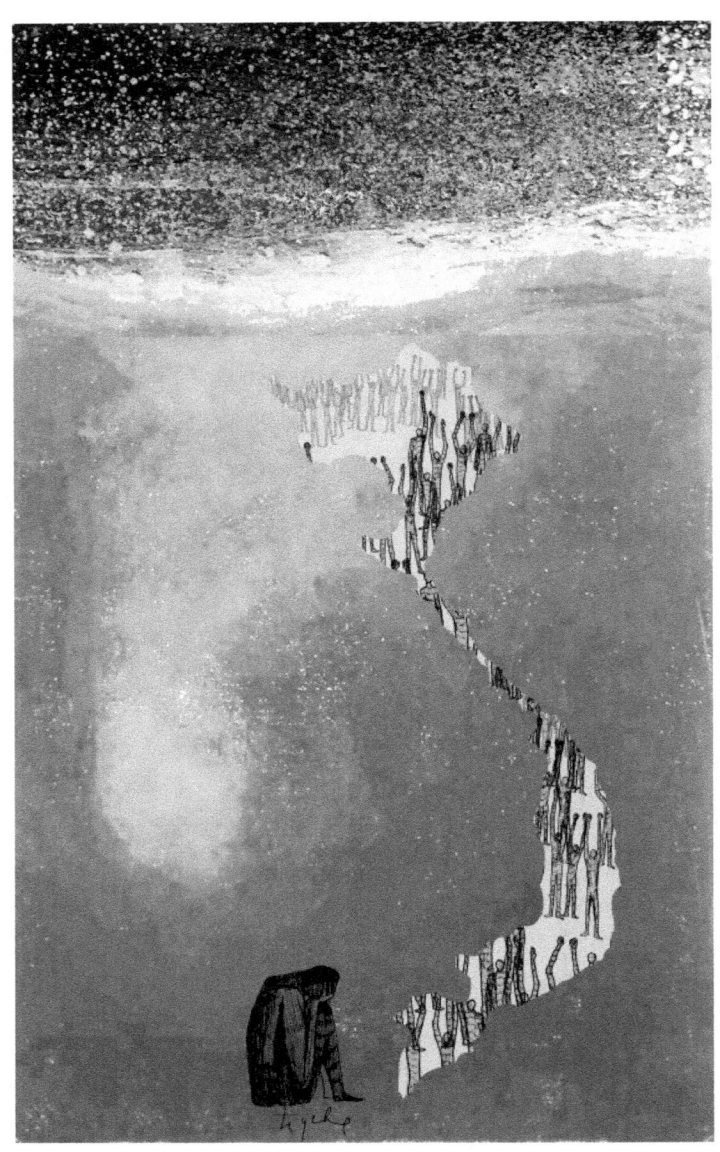

Tranh Đinh Trường Chinh

pha vào **quê nhà**

cầu biên giới tuổi

Tuổi tác là chiếc cầu biên giới
Ai vượt qua thành tội nhân
Nàng bất chấp
Vượt qua cầu thời gian ba mươi tuổi

Chàng nơi ngược-về-tương-lai
Tim đập loạn khi nàng đến
Bảo "yêu nhau đi anh!"
Và như người mẫu khỏa thân
Giới thiệu đến mắt họa sĩ
Vườn cây trái mật hương
Hang động trái tim tình

Chàng như tên đạo đức
Nàng nhận ra gã nhát gan
Chiếc cầu tuổi không dám vượt
Về nơi-hiện-tại nàng

Tim đã núi cô liêu
Hồn đã chim hoang đảo
Nàng im lặng đi lấy chồng
Chàng không còn trên mặt đất

(Rằm tháng bảy âm, 2017)

đừng trễ hẹn luân hồi

Buổi hẹn hò đêm ăn tối
Có một nhánh hồng vàng tươi
Có chai rượu đỏ tăng mùi
Có chiếc nhẫn. Chỉ vắng người.

Tấm hình trong bóp ngả màu
Cuộc tình chia tay còn đau
Nghỉ học ra đời mộng giàu
Tiền mua tiên có là bao !!!

Tương tư xem nhẹ nữ nhân
Trong đáy tim mắt nàng buồn
Như lời dịu dàng trách thống
Thất tình trút vào hồng nhan.

Có vài mươi đào xuân nõn
Đủ tỉnh quê chợ biển sông
Có thừa Sài Gòn Chợ Lớn
Không ai được trái tim chọn.

Hơn trăm lá thư tình gửi
Bạn nàng giữ bốn năm dài
Xong đại học nàng đọc thư
"Tương lai em đặt trên cả…"

Gặp lại nhau hai dòng lệ
Anh đã thành kẻ nhiêu khê
Hối hận tình yêu quá trễ
Tóc thề đã lỡ câu thề.

Có năm mươi năm yêu người
Có bốn mươi năm xa người
Có trăm năm gọi tên hoài
Xin đừng trễ hẹn luân hồi.

(080819 và HKK trường Thánh Linh ấy)

áo dài xanh thánh linh

Một yêu suối tóc buông dài
Hai yêu non nõn ngón tay dương cầm
Ba yêu chóp mũi nậm cằm
Bốn yêu đôi mắt nói ngầm lời tim
Năm yêu vạt áo dài xanh
Sáu yêu đôi má lung linh lồng đèn
Bảy yêu môi mím nghênh nghênh
Tám yêu ngọn tóc xõa trên ngực trầm
Chín yêu tim nhịp phập phồng
Mười yêu tín hiệu đó ngầm yêu đây

Thật ra, vạt tóc dang tay
Mắt gọi ngồi cạnh, đôi vai gọi choàng
Dáng yểu điệu tàu chuối cong
Miệng ngọt tiếng dạ môi nồng hôn trao
Trái tim xấu hổ đập mau
Ướt mi là dỗi hờn sao hững hờ
Nàng về như thuyền xa bờ
Ngó theo mút mắt đôi tà áo bay

Yêu mười một lệ chia tay
Yêu mười hai chiếc áo dài Thánh Linh

*(Rằm Trung Thu 100417, thơ tả cô học trò
áo dài xanh trường Thánh Linh)*

diều ngốc bay

1.
Khi nàng nhứt định yêu rồi
Có chui xuống lỗ, lên trời cũng thua
Cách ba mươi tuổi: vô tư
Cứ yêu cuồng nhiệt: từ từ rồi quen

Vậy mà diều ngốc lặng thinh
Âm thầm nàng khóc mối tình vượt biên
(Dĩ nhiên tình thấm vào tim
Yêu chàng diều ngốc sống bên kia đời.)

2.
Trái tim tạ lỗi với người
Đã yêu phải một người ngoài hành tinh
Huynh như chú cuội giam mình
Ở trong vạn lý trường thành nguyệt trăng
Muội buồn nhậu ở trần gian
Giận trăng thì trách anh diều ngốc kia.

041418 thấy một cánh diều đứt dây bay lên trời New Port Beach...)

con gái mỹ tho

Con cá lia thia phùng mang giương vẩy
Con gái nhổ giò giấu ngực che hông
Cái bông kèn nở mở tim khoe mọng
Bông mắc cỡ hồng gió động lá co
Nàng là con gái Mỹ Tho
Ngực vun bông bưởi cặp giò chuối hương
Qua sông gặp khách bên đường
Phất phơ vạt áo hé mường tượng lay

Con gà trống sửng cồ gà mái
Im re nhìn gáy cổ trắng phau
Con mắt tràn nước miếng nhớ trái dâu
Nhớ quả mướp hương trái bầu đủng đỉnh

Vườn tược làm gió xuân lính quýnh
Mận hồng đào da mịn căng non
Ngó hoài cây trái trổ thơm
Thèm trong dạ giống tay mơn mê cầm

Xe xuống Phú Lâm mưa dầm bến vắng
Cô gái Mỹ Tho về ngã Sài Gòn
Trái vườn trong túi cà-gòn
Sao còn để lại mùi bòn-bon thơm

Tay mình xách giỏ nấm rơm
Nhà nghèo cứ ngó theo chơn sen hồng
Bước vô cửa chợ nhà lồng
Vía hồn đương nhớ khe hông của nàng
Nhớ đôi mắt rực nắng chan
Tay che vạt hở, tóc quàng trước vai

Tại có mắt ngó dài trên dưới
Liếc xẹt qua cũng rưới nhột da
Cũng làm hườm má người ta
Làm môi chín đỏ như da mận đào

Rồi trời mưa đổ lao xao
Áo bà ba ướt nép vào mái hiên
Anh nhà quê như kèn tắt tiếng
May sao xe đậu bến mời lên
Lơ xe sắp ngồi bên người đẹp
Đường trường xa tim nhịp dập dồn...

Chợt buồn mắc dịch mắc ôn
Hoa kia khuất bóng chỉ còn hương dâu

(072617 tặng Phùng Quang Thuận - Bạc Liêu)

chật những xinh

Áo dài hai vạt phất phơi
Eo thon đường xẻ khéo bày nõn da
Trời mưa tháng bảy thiệt là
Keo sơn gắn bó ngọc ngà ngất ngây

Về thăm đồng ruộng cò bay
Áo bà ba mỏng lung lay nắng hồng
Quần mỹ-a láng mướt hông
Qua cầu gió lộng phập phồng đào viên
Trái cấm nhìn thấy rộn tim
Nhấp nhô vạt tóc mịn mềm thơm tho

Vũng Tàu bãi biển cát ngà
Thân hình vệ nữ gọi là mỹ nhân
Trái hoa căng nhựa thanh xuân
Vườn hồng hoang gọi mắt trần quẩn quanh
Bỏ đi chân cứ không đành
Nhưng nhìn - mắt ngắm trở thành vô duyên
Khuất rồi mòng mọng hảo huyền
Ước chi trái ngọt nụ xinh của mình

Đến thăm Đà Lạt trữ tình
Những cô gái má hồng lên điệu đàng
Đôi môi rừng rực lửa than
Nhấp nhô triền ngực khăn quàng tím lơ
Mơ hồ bức họa nàng thơ
Trong hoàng hôn lạnh sương hồ Xuân Hương
Như nàng công chúa công nương
Khiến anh du khách Sài Gòn ngẩn ngơ

Hồn từ dạo ấy chật thơ
Yêu từng nét đẹp trời cho hữu tình
Tuy già nhưng chưa vô tình
Trong lòng vẫn chật những xinh đẹp người

*(041118, thăm Nguyễn Lương Vỵ trong UCI,
vui mừng thi sĩ phục hồi thần sắc)*

thưởng lãm

Xinh kia đưa mắt nồng nàn
Liếc trao ngầm ý cho chàng ngẩn ngơ
Về nhà trăn trở mộng mơ
Ôi đôi mắt ấy... nói xa nói gần

Chu môi mọng rực lửa hồng
Gợi lòng liên tưởng nụ hôn cháy người
Kính cận thơ ngây rạng ngời
Điện nữ tính đốn ngã ngay anh hào

Thân hình tác phẩm 5 Sao
Chân dài, tháp cổ nõn cao mỹ miều
Bưởi Năm Roi ngẩng mặt kiêu
Đồi quy eo hạc con diều diêu bông

Đã xinh nhan còn đẹp dáng
Thi nhân thưởng lãm huy hoàng giai nhân.

(042118, ngày nắng ấm)

ánh sáng tình yêu

Tình yêu tỏa sáng
Ánh sáng tình yêu như sóng
Ánh sáng tình yêu như sét
Tiếng sét ái tình

Tình yêu màu hồng
Tình yêu màu xanh
Tình yêu màu tím
Tình yêu trở thành âm nhạc

Tình yêu email
Tình yêu face book
Tình yêu face time
Tình yêu trở thành vô tuyến

Nàng biết bài thơ chàng
Gửi mật ngữ yêu đương
Mật mã ngầm giao ước
Chỉ yêu mới hiểu là

Hoa nở hoa lại nở
Nàng luôn luôn hoa nở
Chàng đến lúc già chết
Vẫn nàng xinh ngày nào.

(Tháng Bảy, 2018)

em thành thơ truyền tụng

Em Sài Gòn gọi về hò hẹn
Ngày tao phùng mưa đến tàn đêm
Mười năm bên nhau ngày chợt đến
Cuộc chia ly cũng dài mưa đêm.

Em miền Tây dạt dào sông nước
Chuốc tôi bằng ca vọng cổ mùi
Cần Thơ Bạc Liêu giống cổ tích
Có nàng tiên mê mẩn lòng người.

Em Gò Công môi hồng má thắm
Như bức tranh đứng lại thời gian
Nhìn em dậy thì mơn trái cấm
Anh sinh lầm thế kỷ hai mươi.

Em Tây phương quần jean ống bó
Mặc áo dài ôm dáng sexy
Hây hẩy tỏa tân kỳ khiêu gợi
Gió rời em thơm ngát xuân thì.

Tôi không có những gì đặc biệt
Khiến em phải lòng chú ý tôi
Chỉ là những thứ em tặng lại
Em thành thơ truyền tụng bên đời.

(081618 và hai ngày cháy rừng)

mặt trận

1.
Môi thời-thượng nhuộm màu hồng khô
Mắt hung khinh khỉnh bọn giang hồ
Thời trang hiện đại mặc trông ngố
Găng tơ hung hãn con đại gia.

Nhìn người mai mỉa đồ nội hóa
Hàng hiệu trên thân phô phú hào
Tiếng nói ngọng âm nặng ngạo mạn
Trưng ra cung cách giai cấp giàu.

2.
Tình như một ca khúc vừa dứt
Dòng máu tim huyết âm tấu khúc
Những đoản-mệnh-số ngoài âm vực
Trìu trĩu khung hoàng hôn rưng rức.

Vợ chồng không ngủ không gần
Mặt trời tắt lửa - mặt trăng lạnh lòng
Chiến tranh lạnh suốt mùa Đông
Nóng khô mùa Hạ chín hồng mùa Thu.

3.
Nếu tim này thực sự yêu người
Nếu mắt này thực thấy thế giới
Nếu trí này ra khỏi bóng tối
Người này sẽ yêu quý muôn loài.

082718

cô tiếng "vọng cổ"

1.
Giọng hò cô Tiếng đê mê
Mắt môi tình tứ hướng về chàng trai
Hò hơ ngọt sớt tim ai
Ca bài vọng cổ nói thay lòng mình
Giai nhân phố chợ khuynh thành
Gái quê đứng cạnh đầu đình vẫn xinh
Thôn làng thời buổi chiến chinh
Làm thân con gái buồn tênh xuân thời

Chim kêu về tổ tối rồi
Bên nhà cô Tiếng chưa mồi đèn lên
Ánh trăng trải sáng sân thềm
Mắt bên này lóng ngóng tìm dáng ai

Ra sông hóng gió đờn chơi
Cho cô Tiếng biết ngồi đây đợi nàng
Ước gì nơi bụi bông trang
Hai mình chia nửa trăng vàng cho nhau

Ngồi đàn gởi qua bên cầu
Những ca khúc có ý trao gửi tình
Trăng Mười Tám sát mái đình
Yêu trăng từ đó - đa tình từ đây

2.
Năm mươi năm còn nhớ hoài
Tiếng "ca vọng cổ" - tiệc ngày chia tay
Tóc dài kẹp bạc vắt vai
Sáng trưng mặt ngọc mày ngài thanh tao
Ngọc cẩm thạch chốn đồng sâu
Bùn sình nước mặn vẫn màu da tiên
Trai làng mê đắm đảo điên
Chào thua ánh mắt trang nghiêm lạnh lùng

Mượn lời Vọng Cổ nhắn cùng
Người trao ánh mắt giữ hương gìn vàng
Đây chờ đó trở lại làng
Là ngày thiếp sẽ theo chàng về dinh

Buồn thay đất nước chiến chinh
Hằng hà giấc mộng tan thành khói mây
Thương cho nhánh Liễu cành Lài
Thương cây Quế quý, thương đài Sen thơm

3.
Ngày tàn chinh chiến một hôm
Tôi về gặp lại người năm xưa này
Bùi ngùi nhắc lại chuyện đời
Hai đầu tóc muối nắm tay lệ nhòa
Thờ chồng chết trận đến giờ
Một thân một bóng xác xơ kiếp nghèo

Tôi sau ngày ấy nhổ neo
Vượt qua con biển - đi theo mệnh trời
Khi hay tin nàng qua đời
Trong tim tôi có mộ người trăng xưa.

(16 âl. Trung Thu 2018, về Tiếng "ca vọng cổ")

cầu ván

Chiếc cầu ván bắc ngang sông
Vui theo kẻ đến, buồn cùng kẻ đi
Làm nhân chứng những hợp ly
Có khi tuyệt vọng tình si gieo mình

Chiếc cầu nguyên là cây lành
Giữa rừng sâu đứng giương cành ngọn cao
Con chim xanh đến đậu vào
Bầu bạn rồi ở bốn mùa bên cây.

Chợt cây bị đốn gục đời
Mang làm thành chiếc cầu nơi quê người
Mỗi ngày cầu ngắm chim trời
Chim xanh ấy chẳng lần bay ngang đầu

(090617)

say ngân chuông thiền

1.
Tuổi mười lăm say như say đất
Ly rượu đầu đời hồn say ngất
Ngày cưới chị trộm ly đế ngọt
Ực một hơi - chân cao chân thấp

Từ đó đời trai có bạn say
Say rượu say xinh say tóc dài
Rượu vui tình vui cười thế thái
Nụ hôn dòng điện môi ngây say

2.
Mười tám đôi mươi tuổi hảo hán
Nâng ly ghẹo giai nhân hào sảng
Bỗng nàng ôm bạn sức sống tràn
Chiến tranh. Chiến Trường. Hề! Cười vang.

Nhập Trường nhập ngũ trai thời loạn
Xếp bút nghiên tương lai hoang mang
Tình yêu. Phượng đỏ. Thanh xuân mộng
Khép lại. Lên đường. Đùa đạn bom

3.
Trẻ măng thanh nữ chích khăn tang
Hồ trường sầu tửu say cảm thương
Cởi chiến bào theo sông ra biển
Chợt áo rừng say ngân chuông thiền.

(30 tháng 4, 2019 và Ngô Thế Vinh)

tháng bảy tiễn linh tự hào

1.
Một dân tộc thừa tự hào
Kiêu hãnh ngàn năm Văn hiến
Là tỉ giá ảo trong thị trường chứng khoán
Là mỏ dầu đã bơm cạn khô.

Hiệu quả cuộc máu xương cách mạng
Một quốc gia xếp hạng thảm thương
Một thể chế vô nhân bất lương
Người dân cứ lên đường rời nước

Nơi gọi "quê cha đất mẹ"
Cha bị câm, mẹ bị bạo hành
Thả con bay ngàn phương
Thoát bầy đàn dã thú.

2.
Lá bài tẩy úp mặt
Muốn tố đối thủ chào thua
Phải có tiền đẩy ra đàn áp.
Trò của kẻ lường gạt
Kẻ mê muội luôn thua
Làm sao đoán mưu tay lừa đảo?

Một dân tộc tự hào ái quốc
Không tấc sắt trong tay
Hóa điên trong kiếp sống
Mộ chí tha phương
Giống nòi pha hóa tha vong.

Như loài khủng long sẽ tuyệt chủng
Những con thú quý sắp diệt vong
Không có thuyền Moses
Hay thuyền Bát Nhã
Làm sao vượt đại hồng thủy?
Amen và Mô Phật!

3.
Khoa học biểu tượng văn minh
Kinh tế phát triển dân giàu
Văn hóa nghệ thuật là dân trí
Thể thao võ thuật là dân hùng
Mục tiêu nhân bản con người
Trải qua chiều dài lịch sử.

Niềm tự hào còn sống sót
Là huyền sử Hồng Lạc Rồng Tiên
Là sống nhân bản
Nối dòng vào ánh sáng tương lai.

Viên gạch lót đường có viên đã chết
Viên hóa vôi hóa thạch mẻ mòn
Con cháu phương nào
Lạc bầy lơ láo…

4.
Tháng Bảy tiễn linh "tự hào"
Đọc vãng sanh siêu thoát
Bệnh TỰ HÀO di căn

(082918 tháng Bảy Cô Hồn)

áo vàng

Trời mưa ướt áo vàng tươi
Hay ướt mùa Hạ trên người vàng tơ?
Áo vàng ướt đẫm mưa sa
Hay bông điên điển khoe hoa sắc vàng?
Áo vàng đi lễ Vu Lan
Vàng trăng nhớ mẹ hay vàng đợi duyên?

Nép hiên đục mưa bạt thềm
Gió đùa tóc vướng môi viền hồng son
Áo bà ba ướt da non
Búp sen mũm mĩm eo thon nuột nà
Hạt mưa lạnh nổi da ngà
Lung linh chỉ điểm một tòa hồng nhan
Áo vàng ướt thấm vô nàng
Sát ôm vóc dáng ngàn vàng quế hương

Nắng cuối Hạ - Áo vàng ươm
Ngỡ bông cúc nở sân trường đón Thu
Tháng Chín vừa mở mắt và
Cô nương áo cúc mưa tô rực vàng.

(090717, 14 ngày đầu Thu)

tôn tượng vua Quang Trung trên phố bolsa

Lẫm liệt uy nghi tôn tượng Đế Hoàng
Vua Quang Trung Nguyễn Huệ Tây Sơn
Chỉ năm ngày tiến quân vũ bão
Oai hùng đánh gục giặc nhà Thanh
Buộc giặc Bắc lui về phương Bắc
Bọn Xiêm La vạn thuyền nhớn nháo
Kinh tâm khiếp vía trận Rạch Gầm

Khí thế toàn dân bừng bừng giữ nước
Dũng sĩ kiên cường sức mạnh chống xâm lăng
Vua thuận lòng dân phất cờ quyết thắng
Giành lại sơn hà "Nam Đế cư"
Ghi dấu vàng son trong lịch sử
Núi sông linh hiển giữ sơn hà

"Quốc gia hưng vong thất phu hữu trách"
Bùi Thị Xuân, Trần Quang Diệu, vang oai hùng
Thất Hổ Tướng, Ngũ Phụng Thư, chờm vía- giặc
Thập Bát Sơn - Cơ Thạch, khiếp tâm-Tàu

Thần Nguyễn Thiếp - La Sơn Phu Tử
Diện kiến Chúa Công tại Nghệ An dâng kế
Đuổi giặc Thanh khỏi bờ cõi Đại-Việt
Phò anh hùng tế thế an bang

Đại phá quân Thanh,
Chỉ thành Thăng Long tiến đánh
Vua cỡi voi tướng cưỡi ngựa thúc quân
Tôn Sĩ Nghị thoát thân không áo mão
Vạn tiếng hô truy kích vó câu rần
Khí thế như giông - Hận thù như bão
Đánh tan tành mộng chiếm nước Nam

Đạo quân Tây Sơn Nguyễn Huệ trận dàn
Hai vạn thủy quân Xiêm một ngày tan tác
Hai mươi vạn quân Thanh quét sạch chỉ năm ngày
Gò Đống Đa thây giặc Tàu như núi
Là tuyên ngôn cảnh tỉnh ngoại xâm

Chiến thắng mùa Xuân mở hội
Thắm tươi ngày Thiên tử đăng quang
Áo vải xưng Quang Trung Hoàng Đế

Sử Việt bao Hùng Ca ghi chép
Máu xương giữ nước của tiền nhân
Dạ anh hùng, lòng son liệt nữ
Chiến sĩ vô danh là hồn núi hồn sông
Hơn bốn ngàn năm nước Việt kiêu hùng
Hòn Ngọc Viễn Đông lừng trời Nam Á

Nay người dân lìa xa xứ Việt
Dựng lên những biểu tượng Anh Hùng
Nguyễn Huệ Quang Trung, Trần Hưng Đạo
Và những con đường tên người Việt hùng anh

Kính thắp nén hương dâng bàn thờ Tổ Quốc
Hát Quốc Ca chào kính Quốc Kỳ
Hồn thiêng sông núi hộ trì dân Việt

(072917)

thơ thay vàng mã

I.
Chân lãng du đi vào đất trời
Chim hót vui trên cành hoa tươi
Ta đến nơi hoa đào ngút ngàn
Xuân đã qua nhưng còn ngát hương.

Nơi rất xa quê nhà chớm tối
Sầu man man nhiều hơn mưa rơi
Trái đất quay bao vòng mặt trời
Là bao Xuân xứ tuyết sương đời.

II.

Chúc bình an thuyền rời xa bến
Sóng ơi tấu khúc dịu dàng lên
Đưa chia ly đi tìm định mệnh
Tiễn tim về đất hứa tầm duyên.

Sài Gòn Nhỏ rôm rã pháo Xuân
Tung tăng bé thơ áo dài Tết
Pháo đỏ tân niên huyền thoại biển
Thế giới xướng danh người vượt biên.

Ta hỏi người trôi dạt phong trần
Những viên gạch xây lại Việt Nam
Đêm Ba Mươi giấc mơ đáo hạn
Phương Nam còn trắng lệ hồng nhan.

III.
Hoa đào hồng - máu hồng xương trắng
Hóa Chim từ huyền sử Lạc Hồng
Hy vọng vàng tuyệt vọng vàng rừng
Tháng Bảy nghĩa trang tràn khói hương.

Khẩu khí già theo thời vang bóng
Tuổi thanh niên chim Lạc ngàn phương
Bìm bịp kêu nước lớn hay ròng?
Kìa hảo hán chìm trong rượu mộng.

Hoa Đào ơi nương nương đừng khóc
Lả tả rơi bông lệ trắng sơn hà
Đời nay đâu còn những Kinh Kha
Bàn tay thép bọc nhung máu đỏ.

Đào nương ơi thơ thay vàng mã
Gởi về "xứ động vật"* trầm kha
Ngắm hoa rơi lệ trắng tuôn sa
Nơi đất khách đàn chim Lạc-Việt.

(082518, *"Tân Truyện Xứ Động Vật" Cung Tích Biền)

người về sài gòn

Sài Gòn bây giờ còn có ai đâu
Chẳng tìm thấy cụm mây nào trên đầu
Bâng khuâng một bức tranh vân cẩu
Người về đứng ngắm buồn sao đâu...

Sài Gòn bây giờ còn tên gọi thôi
Hòn Ngọc Viễn Đông rực rỡ một thời
Vang bóng sao bằng vạn cao ốc
Người về sao chẳng thấy đàn chim trời...

Sài Gòn vẫn còn tình yêu trong tim
Người về như trăng ôm Sài Gòn đêm
Những trái tim Sài Gòn vẫn óng ả
Chàng Thơ mắt chết đuối trước nàng tiên...

Sài Gòn muốn quên mà thật khó quên
Như yêu nhau cả đời luôn nhớ tên
Người về ngắm con đường xưa già cũ
Mưa đầm quán rượu mắt nàng âm u...

Sài Gòn gây mê hít thở chóng mặt
Nghẹt người nghẹt kín nhà cao ngất
Người về buồn như con ong hút mật
Biết làm sao khi rừng hoa hóa thạch?

(Sài Gòn 29 tháng 10, 2019)

tôi giấu ở sài gòn

Tôi giấu ở Sài Gòn
Được dăm ba người bạn
Tình đã mấy mươi năm
Về thăm vẫn đầy tràn
Những nụ cười tươi thắm
Những tấm lòng tri âm.

Tôi giấu ở Sài Gòn
Những đôi mắt nữ nhân
Gặp nhau bừng vui sướng
Nhìn nhau ẩn kín buồn
Tỉ tê lời của sóng
Trong cửa sổ tâm hồn.

Tôi giấu ở Sài Gòn
Ngôi nhà xưa từng sống
Có đại lộ nằm ngang
Con phố ấy vẫn còn
Đi qua buồn vô hạn
Một thời nào vàng son.

Tôi giấu ở Sài Gòn
Thời học sinh trai tráng
Đời trai hiến chiến trường
Đời gái chích khăn tang
Thanh niên sống vô hồn
Ngày miền Nam chết trận.

Tôi giấu ở Sài Gòn
Trái tim còn cưu mang
Những tình đá nghĩa vàng
Những quê nhà quê hương
Giống như mạch nước ngầm
Nuôi loài cây sâu rễ.

(Saigon và chuyến bay về Cali 103019)

Tranh Đinh Trường Chinh

pha vào **bằng hữu**

lãng đãng thơ trịnh y thư

Giờ đã lui và ngày đã muộn
Điếu thuốc đầu ngày
Đọc thơ Trịnh Y Thư
Tư tưởng sâu sắc bi thống
Tâm thức an trầm núi già
Thản nhiên khơi khơi mà đầm đẫm
Một đồng hoa hướng dương cô tịch
Rừng chữ văn chương chín muồi
Như lá thu vàng nâu cất cánh
Hương thơ say tôi sương lãng đãng
Thơ bồng bềnh một buổi sáng lênh lang.

Thời gian dài già như ngọn nắng
Tuổi rêu xanh trổ bạc đầu
Phế tích đất nước ngày xưa
Trầm thống quê hương câm lặng
Tôi lặng đời tầm gởi
Những thinh lặng ấy
Có tiếng thét não nùng
Có thơ mộng nuột hò Huế
Có não lòng vọng cổ phương Nam
Tôi siêu dứt bủa vây bi mẫn
Niệm chú từ bi Quán Thế Âm.

Không còn nói gì với đời sống
Cặm cụi những việc phải làm
Đại sự nào cho ý thức hệ
Thời gian không còn thừa
Kinh Phật tỉnh giác ngũ trí
Thiền tâm dứt hãi an vui.

Khúc đời còn lại vậy thôi
Đa-ki-ni là nàng thơ về thăm
Những thân tình, đạo hữu, sẻ chia
Một bạn đời âm dương thương cảm
Chốn rừng yên tĩnh thân tâm
Mai kia như làn khói
Thân mượn thành bụi lạnh.

Trịnh Y Thư thi sĩ
Thơ là lòng, tâm thức thăng hoa
Những giò lan quý rừng ẩn mật
Kỳ hoa dị thảo vườn hồng hoang
Tôi kẻ lạc địa đàng
Thưởng thức hương rừng u uẩn
Lâng lâng trong thế giới diệu kỳ
Đời sống bỗng buồn lên tuyệt đẹp.

Chỉ lui một giờ mà ngược trăm năm
Chiếc xe thơ đưa vào cổ tích
"Phế tích của ảo ảnh"(1) bày thịnh suy
Quê hương trở mình ray rứt
Vàng thiên đàng, đỏ máu xương
Câu hát điệu hò, nụ cười tiếng khóc
Rùng rợn giết sống tế thần
Không nỗi đau nào bằng bất lực
Thản nhiên trước họa diệt vong.

Cảm tạ thơ một đời bầu bạn
Tâm hồn thi sĩ ngát hương thơm
Rồng ngân một tiếng
Thiên thu rung cõi thi ca.

(110517, cảm thơ Trịnh Y Thư)
***
(1) tựa tập thơ của Trịnh Y Thư.

chim kêu về núi trần văn nam

I.
Chim kêu về núi tối rồi
Buồn hiu như gọi bạn đời nơi nao
Chạnh lòng thơ - chạnh lòng đau
Hồn về phương Phật nhiệm mầu vãng sanh
Hay về lại mảnh trăng thanh
Làm đời chú Cuội bay quanh địa cầu
Dõi theo tình lạc phương nào
Chợt Sài Gòn Nhỏ nghẹn ngào mưa Đông
Hay bay về xứ ruộng đồng
Chợt thành hạt sữa đòng đòng phất phơ
Cho em ra tuốt nếp tơ
Đêm giã cốm dẹp thơm mơ cả làng
Hay làm cầu ván bờ sông
Chợt em múc nước ánh trăng gội đầu
Hay làm mái bí giàn bầu
Bầu ơi bí hỡi mình đâu mất rồi
Sầu riêng sầu nức đêm rơi
Hay tim anh lúc rụng rời xa em
Hoá thành đom đóm bay lên
Một trời giọt lệ như thiên hà buồn

II.
Trần văn Nam rời trần dương
Hồn thơ ấy lướt phượt đường về đâu?
Có bay ra khỏi địa cầu
Hay quay về lại chốn nào thuở xưa
Thương đời dầm nắng dãi mưa
Thương cô gái khóc tuổi vừa nở hoa
Thương cả một thời can qua
Người ra biển khóc lìa xa quê mình

Từ khi thơ hóa thành tình
Tình thành tâm ngữ lung linh cõi người
Tâm linh bay vút lên trời
Bỏ thơ lại cõi khóc cười ngâm nga

III.
Chim bay về núi mưa sa
Hồn sao băng đến ngân hà nào đây?
Trần Văn Nam hóa mưa rơi
Chim kêu về núi tối rồi thơ ơi

(011018, nhớ nhà thơ Trần Văn Nam)

hương rừng pháp cú
nguyễn diệu thắng

1.

Rừng hoang vắng. Rừng hoang liêu.
Căn nhà thiền định. Tịnh thất siêu siêu.
Người dịch giả thả hồn theo linh ngữ
Pháp Cú linh lang - lòng phiêu diêu

Những con chữ tánh linh điều ngự
Như lá vàng nâu đẫm rừng thu
Tâm thức như trời đâm mây ngang
Sau lưng trái đất rựng sáng
Bàng bạc lũ sương rừng
Đàn chim cất cánh vào bình minh
Quyển Kinh mở đôi trang
Như đôi cánh chim bằng
Chở lời Kinh phiêu hốt giữa trời tâm.

Duyên với Kinh trở thành thiện nghiệp
Một thuở tang bồng - rừng đã khép
Đầm lầy tiêu sơ biến thành hồ sen
Tấm gương hồn nhiên trước phản ảnh
Rừng hướng dương vàng rực mặt trời
Trăng tâm thức dịu dàng soi u tối
Con chữ bay ra từ an lạc tim người
Ngây ngất nhạc nâng niu lời trí tuệ.

2.
Người dịch giả sống nơi rừng im lặng
Bạn từng mùa về như đàn chim
Chim thiên di trở về sau những chuyến
Đời phiêu lưu nhung nhớ cõi yên bình

Ta như chim bồ câu nơi thành phố
Bay về chốn rừng xưa
Về thăm lại cảnh chùa
Rũ bỏ nhiêu khê tàn úa
Thăm bạn ẩn cư nơi rừng
Thản nhiên dài những chuyến phiêu du
Chai rượu bình trà - tàn đêm tâm sự
Đạo pháp nhiệm mầu chia sẻ tư duy.

Ta bát ngát một hồn thơ mộng
Bạn tâm linh hùng vĩ núi rừng
Ly rượu thơm tâm đầu ý hiệp
Nhạc côn trùng rít cõi hoang liêu
Nhân thế chìm trong giấc điệp
Phật tượng tọa thiền thu nhiếp hàn huyên
Lòng trải ra, tim mở rộng
Chuyện đạo chuyện đời tràn hư không.

Hai kẻ tha hương hai đời luân lạc
Hề chi! trôi nổi giữa luân hồi
Thì cũng như nước chảy ra khơi
Ngang qua bao bến bờ thân ái
Đã đục trong bèo giạt lục bình trôi
Giờ rừng sâu gửi một khúc đời
Hoàn tất nghiệp còn phó thác
Sống tự nhiên theo điệp khúc bốn mùa
Sống tùy thuận theo đất trời dung nạp
Hề chi! cứ hít thở chan hòa sức sống
Ngày trẻ thơ, ngày già lão, cứ thong dong.

3.
Tạm gọi ra đi, tạm gọi trở về
Tiếng chuông ngân một cõi lòng nhân thế
Ohm Ah Hum! Phat!
Hơi thở này, nạt một tiếng *Siêu!*

(102717, gửi Nguyễn Diệu Thắng sau hoàn thành
hai dịch phẩm Kinh Pháp Cú - Osho giảng)

*Ghi chú hình: Lê Giang Trần đứng cạnh Nguyễn Diệu Thắng,
sau lưng là bức hoạ linh ảnh Sư Phụ Lữ Mộc Sinh.*

tình đạo hữu

1.

Huyên thuyên miệng - ngổn ngang lòng
Bỗng ngày cái lẽ hư không mỉm cười
Như hoa vi tiếu không lời
Lạ lùng chuyển hóa tâm người bể dâu

Bắt đầu từ cuộc dứt sầu
Từng giây phút sống nhiệm mầu yêu em
Hồn nhiên trước lẽ diệu huyền
Hoan ca hài hước cho tim óc cười
Cùng nhau sống ẩn cuối trời
Cho nhau tình bạn tình người tình yêu

2.
Đời đến lúc lui về sống ẩn
Nơi góc quê khuất chốn chợ đông
Phồn hoa rợp mát cây rừng
Rừng đô hội sắc hoa ngàn bày phơi

Em thương anh trao đời con gái
Sống bên chồng chẳng ngại tiểu bang
Nhà đơn hai quả tim nương
Bạn tri kỷ có mấy đường gần xa

Ngủ ngon giấc, yêu đời thức dậy
Cảm ơn em cơm nước ân tình
Lạy Thầy Tổ thành tâm nhập thất
Cho tinh khôi bừng mặt rạng ngời

3.
Góc rừng ấy lời kinh tiếng kệ
Thế giới riêng tu hạnh tại gia
Một xóm bạn hiền ẩn cư nương tựa
Lễ hội bạn về ấm nỗi tha hương
Tình đạo hữu đậm đà huynh đệ

Nhớ Thầy kính rót ly siêu
Siêu về sư phụ bao nhiêu ân tình
Vẫn đây một lũ môn sinh
Một lòng kính đạo - đệ huynh kính tình
Vẫn đầy lực sống tâm linh
Yêu rừng lữ thứ - yêu chim giang hồ

4.
Năm tàn như ngựa dừng đua
Về chuồng mở hội giao thừa tân niên
Ngựa rừng hí cuộc bon chen
Đốt vàng mả tiễn ưu phiền về âm
Chờ vài đạo hữu đến thăm
Một mâm bàn tiệc sơn lâm hải hồ

(123117. Cuối năm tặng nhóm Đạo hữu: Thắng-Diệu, Ngô-Liên, Nhơn-Phượng, Thức, Nghĩa, Đông-bé Đặng, Khiêm-bé Lào, và các bạn Tuấn Minh-Tuyết Mai, Dứt Khoát, Thà râu, Tuấn Đào-Nhung, Giang Trần-Hải Hồ)

kí lô mét thơ mộng ntkm

Nàng có nhan sắc không tàn theo thời gian
Thời gian sống bên nàng chưa bao giờ phai úa
Nói theo điệu Lục Tiểu Phụng
Nàng tung hoành thanh bút kiếm
Không bao giờ hạ địch thủ dung nhan

Ai đọc văn chương nàng
Có thể ngây người
Ẩn mật chữ ấy như tâm thiền giả
Làm gì có ánh buồn gương mặt
Không đóa sen nào buồn bao giờ

Văn là người
Tiếng cười là sinh khí
Sinh lực nàng có cả hai
Nàng nhìn ra từng hạt sáng yêu kiều
Con chữ là những hạt ngọc
Mọi thứ có tì vết
Óng ánh trong mắt nàng
Tâm hồn nàng giống miếng da trừu
Lau tròng kính sạch trong
Lau viên đá thô hiện ra bích ngọc
Mọi thứ ô nhiễm trong sáng ảo diệu
Khi bút đũa thần nàng
Ươm phép tim vào đối tượng

Tấm gương văn chương nàng
Phản xạ nhan sắc thiên thần
Rộn ràng âm nhạc thiên sứ
Ai có đôi mắt trẻ thơ
Nhìn thấy tỏa rực trí tuệ
Và dịu hiền tấm lòng
Đến người mù đọc bằng ký tự
Hình dung được từ bi

Hạt Quantum còn có Ngã
Khi từ sóng hiện hình
Không Ngã nào nơi nàng
Thơ văn nàng một không gian
Chứa chan ánh sáng diệu quang
Dù trót là bóng tối
Không thể là đêm đen dưới trăng vàng

Một hôm tôi đông đặc nơi hố thẳm
Bốc hơi từ "kí lô mét thơ mộng
Nguyễn Thị Khánh Minh."

(033117 khi kí lô mét NTKM)

Ghi chú: "kí lô mét" được NTKM cho biết của thi hữu Nguyên Hồng (? Tôi không nhớ chính xác) đặt ra, vì viết tắt là KM giống Khánh Minh viết tắt, nên tôi thích thú dùng cho bài thơ này.

đêm trăng họp bạn

Vui chơi đã tuổi bảy mươi
Jimmy Long ấy một thời đàn vua
Những ngón tay cong chào thua
Hát vui bạn nhậu vẫn thừa sức chơi!
Phạm Hoàng Dũng đàn hát mùi
Một trời dĩ vãng một thời lao đao

Phạm Vũ thương bạn dạt dào
Lại Tôn Dũng vẫn ngọt ngào nhạc yêu
Nam Quan sinh lực thủy triều
Dino vẫn phối nhạc ru cõi đời
Lê Giang Trần hết rong chơi
Nơi ăn chốn ở Little Saigon

Đêm trăng họp bạn om xòm
Thợ săn Phạm Vũ nướng thơm vịt trời
Đếm quanh nhớ quẩn bùi ngùi
Những bằng hữu đã bỏ đời thăng thiên
Âm thầm những nỗi niềm riêng
Rộn ràng hoài niệm hát lên nhạc buồn

Rượu chiều từng ngụm nhớ thương
Tình nào u ẩn bỗng dường như say
Bạn vàng còn lại lai rai
Còn hơn không có, đời quay quắt buồn

(110317, trăng rằm, thơ cho nhóm bạn thân)

nguyễn long, chân dung rồng ngọc

Ngồi dưới đèn khuya một bóng
soi lại đời, dĩ vãng, lưu vong...
những khoảng đen khoảng sáng chập chùng
ẩn hiện như bàn tay vô hình xô đẩy...

*

Như đi ngược về tương lai
điều chỉnh quy trình trớ trêu định mệnh
xoay hướng quay lịch sử sinh tồn
sắp đặt lại đồ hình sông núi
nối tuyến không-trình vào cửa ngõ thiên niên
không có bóng tên hề định mệnh sau lưng
không có chiếc gương tương lai soi mặt
không còn di tích dĩ vãng trong mơ
như hài nhi chỉ có giấc mơ ánh sáng
ra đời không phân biệt bóng đêm...

*

Như tái sinh vì đại nguyện
luân hồi để hoàn tất cơ duyên
sống như lửa trời và hồn như trăng ngọc

Có lẽ như thế,
núi đứng sừng sững, thác đổ ầm ầm
cây cỏ bốn mùa thay sắc xanh tươi
chim bay qua biển xuống rừng
mưa ngọt tưới bạt ngàn lên đồng ruộng...

Có lẽ như thế,
nhả ngọc phun châu bằng linh tưởng
hồi hướng những vô thường hóa hóa diệt sinh
chịu thọ hình cho nhỏ nhoi vi diệu
như trái đất hoại vong vì tâm tính loài người.

Có lẽ thế,
trở lại làm người
không trở về tương lai
không tiến vào quá khứ
sống như đang-là không có thời gian
những nhỏ nhoi, vô thường, trái đất,
cỏ nội rừng già núi thẳm biển xanh
sinh linh hữu hạn đến vô hình
đều trân quý yêu thương như lòng Thượng đế.

Có lẽ như thế,
thơ văn làm bằng ngôn ngữ
ngọt lành hương trái chín hoa thơm
nhẹ nhàng như không gian co dãn.

Có lẽ thế,
vẫn hoài tái kiếp
thỉnh thoảng du hành bằng lực phóng tâm
đến ngân hà nào muốn đến
hoặc xa hơn, khắp cõi quán âm
lòng như Địa Tạng
nên Rồng là "Long Đất" Việt Nam.

(bài thơ tặng Nguyễn Long, 12/12/2000)

ghi chú: Anh Nguyễn Long là tài tử màn bạc ai cũng biết, tôi được quen biết anh ở Cali khi làm báo, anh chụp và ký tên tặng tôi một chân dung đang ngồi nơi bàn layout cho báo chị Võ Thị Vui năm 1989, khổ 18"X 24", hiện tôi vẫn treo nơi bàn làm việc. Bài thơ này làm tặng anh khi anh thuê ở trọ căn mobile home của tôi (năm 1999) và cho tôi đầy tình anh em thương mến, lúc này anh đã in vài tác phẩm. Khoảng 2 năm sau anh từ giã về sống với gia đình và tôi mất liên lạc với anh cho đến khi anh cưỡi rồng về trời. Anh bày tỏ sự cảm động khi nhận bài thơ tặng anh; và vì tôi chưa đăng, tình cờ gặp lại bài thơ này, nên nay ghi vào tập thơ như một sự tưởng nhớ đến người anh nghệ sĩ đầy quý mến thân thương có biệt danh "Long Đất" mà tôi gọi anh là Rồng Ngọc.

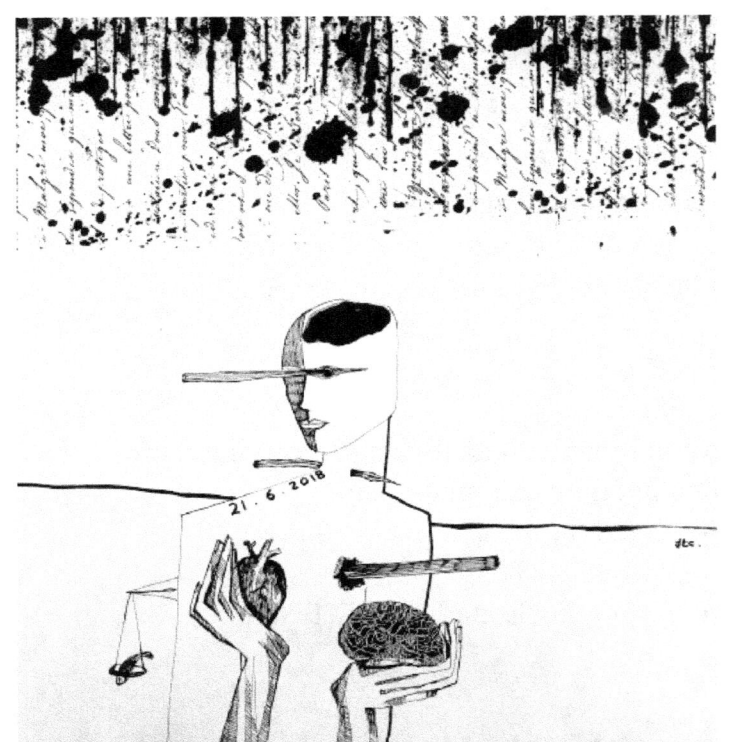

Tranh Đinh Trường Chinh

pha vào **cười đau**

tháng tư

Tháng Tư tôi giống có kinh
Máu từ chỗ kín trong mình rỏ tuôn
Nơi ý thức - nơi tim nguồn
Một trăm lẻ tám huyệt buồn đột nhiên

(30 tháng 4, 2018 đêm)

đi bão

Việt Nam đá bóng vô gôn
Thế là thiếu nữ khoe bôm nho hồng
Kéo nhau đi bão đi bùng
Tung tăng trái cấm ăn mừng trái banh

(012318, đội bóng đá Việt Nam thắng trận vô chung kết giải U23)

con thòi lòi

Lắc lư con cá thòi lòi
Trong hang bùn ướt đầu nhoi ra nhìn
Thụt vô rồi thụt ra nghinh
Nghênh đầu vênh mặt rút mình khỏi hang
Ra ngoài ngoe ngoảy phùng mang
Ngóc đầu trợn mắt làm tàng kiêu căng
Giương kỳ há mõm nhăn răng
Dọa con thòi muốn tiến gần cái hang
Lỗ này đã có chủ nhân
Đừng hòng lén phén mưu toan chui vào
Hai thằng cu cá ghìm nhau
Con thân dài lớn thế nào cũng hơn
Thế là lăn nước bôi trơn
Xông vào đọ sức ngoác mồm cắn nhau
Cái hang nằm há miệng ngao
Anh thòi lòi thắng sẽ vào hang em

Tranh dành cái lỗ ướt nhem
To đầu rộng miệng sống trên bùn sình
Nhưng mà nghĩ cũng hơn mình
Không hang không ổ cho mình dung thân!

091816

sâu não

1.
(Bây giờ)

Có loài sâu trong não
Nhiễm sâu có người thành đại gia
Mưu sinh nghiệt ngã đấu trận
Cung cấp cho não chất nuôi sâu
Loại sâu não kích huyệt "Sát Phạt"
Máu-tham bơm lên thùy não trái
Con trùng sâu say máu tung hoành

(Hồi đó)

Cô gái trong nước và lão về nước
Vấp sợi tơ tình
Lão "Việt-kiều" yêu cỏ non
Nàng "Nội-kiều" hơ hớ lửa

2.
(Lúc ấy)

"Việt kiều" trình diễn khắp quê hương
"văn-hóa-hôn-nhân" thời thượng
Đô-la là giai cấp mới
Hồi hương không còn mạo hiểm
Luôn thành công chiếm lòng tham

Sâu não lời như AK nã đạn
Lão-thua-trận cứ trân mình
Con sâu không có lỗ tai
Cô gái không học Pháp-Nghe
Lão bị đóng tem "thua cuộc"

(Đang bây giờ)

Kẻ-chiến-thắng lên ngôi
Sâu não sinh sôi
Đại gia mở mang bờ cõi
Cung đình mọc rộ năm châu
Đồng tiền chiếm ngôi thượng đế

3.
(Hiện tại)

Lão gia miệt mài thơ
Niệm giải nghiệp sâu rồ
California cấm hạt trái lạ
Sợ sinh sâu bọ hiểm nguy

Sâu-người tràn thế giới
(Không chỉ made in Viet Nam)
Lão gia hết đường chạy
Ôm sâu con ngủ trông hay

(Còn tiếp)

Tiếp theo cuộc chạy đường dài
Việt "Nam" là *Vượt* là *Bay* "Nơi Nào"?!

(062317)

túy tửu đại ngôn

Tôi là đôi mắt ngồi ngạch cửa
Nhìn tâm và trí nhậu cù cưa
Trí nhập gia còn tâm nhập thất
Cây ổi ngoài sân đứng gật gù.

Tôi chân dạo vườn sau sân trước
Giò lan cửa trước đặt lên cao
Trái bầu già hái quẳng cửa sau
Thấy chân nhà cạnh say thấp cao

Tôi cái miệng cười im uống trà
Đằng kia cái ngã tuốt gươm ra
Cơn gió chợt vung lên một chưởng
Túy tửu đại ngôn ngoẻo ngáy khò

Tôi là hiện tại lan man
Thấy anh hội nhập ngã ngang xứ người

(082417 và Lại Tôn Dũng, Mộ Dung, Nam Quan)

phiếm khúc vịt quay

1.

Hai bà gặp lại
Bà kia lụi một nhát
Bà nọ xả một dao
Cười nói rất ngọt ngào.

Cậu ngoài sân say bộn
Kính nhi viễn chi, vô nhà
Tai chụp headphone Q35
Lão chợt thèm vịt quay.

2.
Nàng nói tụi mình chia tay
Chiếc xe tưởng lăn mấy vòng
Khá lâu, chàng nhỏ nhẹ
"Mình thiệt vậy hả em?"

Chàng nhìn ngoài xe
Mọi chuyển động không phát tiếng
"Tiếng vỗ một bàn tay"
Hôm sau cúng vịt quay.

Ông bênh bài thơ mình mắng bạn
Ông kia sững việc không ngờ
Hôm sau cúng hai con vịt quay
*"một con tiễn ông đi
Con kia chặn ông về"*

3.
Cô gái bán hương ngủ hồn nhiên
Ông nằm bên ngắm thân nõn
Ngoại kiều như ông
Du lịch đầy Châu Á

Cái thèm con gái
Không phải da thịt non thơm
Thời đại xóa mất mẫu giai nhân
Con quỷ trong lòng thì truyền kiếp
Hôm sau ông mua vịt quay
Nhậu đưa mình lên đường.

Hai lão, một trung nam, một trung nữ
Chung nhà bốn thế giới riêng
Thi sĩ lặng lẽ làm thơ
Lão kia xem phim nghe nhạc gắn tai nghe
Trung nữ kinh doanh ít ngủ nhà
Trung nam lấy rượu giải sầu

"Chưa biết ai đãi vịt quay!!!"

(082617 và Osho)

vỏ hạt sen

Một em rất mực đời thường
Thặng dư thực phẩm tưng bừng tiệc vui
Một em hội chứng hận đời
Sống cô lập giữa chợ người phố đông
Một em tu tập thiền tông
Hận mình nhan sắc đàn ông dập vùi
Một em thơ phú rong chơi
Thích liền tặng bướm say thời tặng hoa
Một em tột đỉnh đại gia
Nhưng mà cốt cách trùm sò cái bang
Một em tình ái sắp hàng
Lâu lâu lại đẻ con hoang - lại thề
Một em nổi tiếng hiền thê
Mấy chồng đá bỏ - lại mê có chồng

Một em nghèo phải bán thân
Chờ anh hùng cứu mỹ nhân mang về
Một em đẹp hết chỗ chê
Đàn ông xóa sổ vì mê đàn bà
Một em chuyên hút cần sa
Làm tình ái mới ngất ba bốn lần
...
Chỉ là chuyện nhỏ Sài Gòn
Nếu thêm Hà Nội Huế càng lâm li
Đổi đời con gái từ khi
Thiên đường cộng sản thực thi hòa bình

Một hôm đến viếng hồ sen
Ngắm hoài những vỏ hạt sen màu bùn

(Kinh Khổ, VN 2016)

chó sủa

1.
Con chó bắt đầu sủa
Sủa cái đời sống nó chạy đến
Những con chó xóm chợ này
Ái ngại nhìn kẻ hội nhập
Chúng bảo, chắc là chó cái
Những người sống nửa đời nơi đây
Tội nghiệp con chó
Rồi nhìn nghĩa trang bên đường.

2.
Con người ít nhất
Sống như con sói ngang tàng
Khi người Mỹ mắng "Bitch"
Quả là đau hơn thiến

Chó trong xóm tụ lại
Con mới tới thành chuyện phiếm
Xóm nghèo là thế, chỉ chờ chuyện lạ
Chuyện sủa của con chó mới
Người bộ hành nói
"chó sủa mặc chó"
Bọn chó cười khoái chí chuyện ngụ ngôn
Rồi gặm khúc xương

3.
Ai ra khỏi nước đều lên voi xuống chó
Y trở thành chó sói tru trăng
Tru ai oán về xa xăm
Tru ngoài biển vắng
Có khi rừng đi ngang
Có khi trong căn nhà hoang
Trong không gian cô độc

Người tu dám biến mình
Thành chó què ghẻ lở
Thử thách hạnh Bồ Tát
Bà ăn xin được miếng bánh bố thí
Bẻ nửa chia con chó cạnh bên

4.
Con người rồi mộ bia nghĩa địa
Chó Hollywood cũng thế thôi

Cái đời sống đã quen nếp
Có tru tréo, nó nói lạnh lùng
"không mợ thì chợ cũng đông"

(090117, Cali vẫn còn oi bức)

vở kịch địa cầu

Chỉ là bàn tọa trở đau
Mà bao hàng quán đã nhao nháo buồn.
Bây giờ nhu nhũn hết cương
Cười vui hồi tưởng đường gươm một thời.

Vào thời âm thịnh dương suy
Anh hùng hảo hán cụng ly chia buồn.
Đến hồi lực bất tòng tâm
Mày râu thuyết khách miệng mồm giương oai.

Chỉ là chim đẹp vụt bay
Lồng son lạnh ngắt - lầu đài trống hoang.
Vào thời con gái thôi ngoan
Ngôi vua vị chúa thành hàng lạc-xon.

Ban đêm quán nhậu nghẹt ồn
Tửu nhập nhạc xuất – diễn buồn tình xa
Mấy nàng hầu rượu tiên nga
Lượn qua nghiêm chỉnh - khách già mắt say.

Chỉ là tàn một cuộc chơi
Đã xâm hai chữ "hận đời" khoe khoang.
Chỉ là một cuộc tình tan
Hào hoa đã hóa ra phường hái hoa.

Công tử từ lúc sinh ra
Thìa vàng đã ngậm, ngọc ngà vọc chơi
Chỉ là một cuộc đổi đời
Người làm sao đổi tính trời đã ương.

Chỉ là cái chuyện đàn ông
Quên sanh thành bởi dạ trong đàn bà.
Chỉ là vở kịch địa cầu
Nam truyền giống phải phụng hầu nữ nhi.

(072018)

bức tranh vân cẩu

Hôm nay đóng kịch chó đen
Vu Lan tháng Bảy tru lên trăng hường
Tướng tinh chó sói đường đường
Tung hoành một cõi sơn lâm hải hồ.

"Cẩu" xực xí-quách thời xưa
Thời nay lạng quạng "cầy tơ" thành dồi!!
Cái thời mạt chó mạt cầy
Chó ra hải ngoại cũng đời chó thôi!!

Ngày xưa "Cậu Chó" *lên voi*
Đổi đời *xuống chó* cậu rời quê cha
Tị nạn đế quốc Kỳ-Hoa
Chó sói chó chợ rất là khác nhau.

Tuy chó ở Mỹ đứng đầu
Xếp trên nam giới – làm màu cho vui!
Chỉ là Triết lý ngạo người
"Biết thân" làm chó nép đùi chân em.

Ngoãn ngoan được ăn màu xanh
Ghẹo giận thì nuốt cơm tanh nước phèn
Cho nên thưa dạ với em
Ngoắc đuôi ve vẫy nịnh chuyên-chính quyền.

Chó bụi đời thì không tên
Chó thất sủng bị ném bên đường đời
Buồn buồn sủa hận con người
Sủa mùa động cỡn thiệt thòi thất thu!!

Chó mực thuộc "bên cuộc thua"
Chó "bên thắng cuộc" làm vua làm giàu
Người Sói huyền thoại truyền rao
Khác người làm chó, cẩu-hào làm nhân
"Bức tranh vân cẩu" làm bằng…

(081718 mùa Vu Lan)

sư tử hống

1.
Nàng giống con sư tử
Lớn lên trong rừng dữ
Có tiếng gầm thị uy
Tiếng gầm thành vũ khí

Từ khi sống xứ người
Sư tử hống võ nghệ
Của nội tướng tề phu

Thi nhân như đại bàng
Cư trú chóp núi hoang
Võng mạc như ống nhòm
Tít cao thấy tận đất

Vua điểu gặp chúa sơn lâm
Chàng biểu dương tiếng thét
Nàng thị oai tiếng gầm
trong tiếng oai hùng
Tiềm ẩn bi thương
Động lòng yêu đương
Sống chung đời tha hương

2.
Được chế tạo thông minh
Rô Bô cho mình vô địch
Cỗ máy không thể có tâm
Chỉ chế tạo được như trí người
Nguyên ủy của tinh khôn

Tiếng gầm sư tử
Vũ khí thị oai
Trí óc nơi xứ người rừng
Không cai trị được thi sĩ

3.
Đại bàng về đỉnh núi
Chúa sơn lâm về rừng
Lạc Long Quân – Âu Cơ
Đau lòng thay lịch sử!

(051917)

nghịch lý

Đường cùng mà tưởng cùng đường
Ổi mời quả Thị tạm dừng nghỉ ngơi
Ổi thơm mộc mạc nói cười
Cô hương trái Thị khinh mùi ổi quê

Trừu tượng khác hẳn trừu dê
Đạo gia khác với đại gia đại trà
Kim cương kim loại khác xa
Dù đồng bạc tậu ngọc ngà hoa khôi

Con chi cũng khác con người
Con người khác hẳn với loài vô tri
Mới có tình yêu từ bi
Tâm linh đạo giáo – thực thi nhân quyền

Văn minh nhân loại đảo điên
Con người vẫn nhắm tiến lên thiện lành
Việt Nam nghịch lý hòa bình
Quả Thị trong bị trở thành trái Bôm

(090418, vẫn còn tháng cô hồn)

huyền môn

Huyền môn diệu nữ thôi miên
Như kho tàng lộ như viên ngọc bày
Dòng khe trầm thủy là nơi
Sinh ra biển rộng sông dài thác sâu

Xưa nay tàn phế cơ đồ
Lụy vườn hồng mọng cửa mờ mê hương
Đưa hồn vào động yêu đương
Ngã ba địa đạo giương hùng trút oai
Dâng tràn cảm xúc thiên thai
Nhập dòng thủy ái mật lai láng mời
Trung tâm hấp lực siết hơi
Trống tim thúc vó câu nơi cuối đường
Hào kiệt cắm ngọn trường thương
Vào nơi yếu huyệt cúng dường nhụy hoa
Hai hơi thở nhịp hiệp hòa
Hai dòng sông nhập một ra thác cuồng

Nữ môn dẫn đến mê cung
Hồ lô có phép thu hồn ngất ngây
Tuy là một thoáng mưa mây
Huyền môn tiên động bùa gây mê người.

(072017)

cờ bạc với thơ

Nàng chộp dính người thơ
Như mèo vật được chuột
Không cần biết chuột chi
Mở màn vờn nghịch đã.

Cắn người thơ một ngoạm
Thả ra giả làm lơ
Thơ trở thành bàn cờ
Con chốt tiến vào cung
Thế nào cũng bị lừa
Là muốn biến người thơ
Trở thành người thực dụng.

Người thơ giống tề-thiên
Thổi cọng lông hô biến
Khi chuột chù chồn hôi
Lúc quế trầm thơm ngải
Khi đại bàng, cá voi, tượng, hổ
Lúc cực nhỏ bụi bậm vi trùng

Thơ chưa thành
Như lô-tô chưa xổ
Chữ chỉ như con số
Tùy đoán bốc chọn lựa
Thành độc-đắc hoặc tiêu ma
Nàng kẻ quay lô tô
Hy vọng sẽ trúng số
Biến thành kẻ cờ bạc với thơ.

Nàng nhai người thơ một miếng
Thơ biến thành tâm trạng
Nàng cắn bài thơ một phát
Người thơ biến thành tình trạng.

Khi nữ nhân ghen bài thơ
Bỗng không còn Quán Âm Bồ Tát.

(06-01-17)

sớ táo tường trình

1.

Ngày xưa dân Bắc di cư
Bằng tàu há mõm chở vô Nam kỳ
Bây giờ người Bắc đi Mỹ
Bằng phi cơ - ấy gọi là di cơ

2.

Chiến tranh Việt giữa xứ người
Thủ đô tị nạn có ngày đổi tên?
Xì-Trump càng nghĩ hoảng thêm
Vội vàng ra lệnh siết kềm di cư

3.

Người Nam dễ dãi, ù lì
Giận thì chửi tục, buồn thì nhậu say!
.

Sắp sửa lại khóc hu hu
Má ơi! Người Bắc ù ù bay sang
.

Ông Trời chơi ác làm chi
Bạn Bắc, vợ Bắc, còn gì thằng Nam!

4.
Gái Nam hấp dẫn ngất ngây
Nhà nghèo đã sớm chịu đầy gian truân
.
Dứt chiến tranh càng đảo điên
Làm thân con gái bị tiền bạc vây
.
Sa-pa xứ Thượng rừng sương
Chợ tình cho khách tìm nường tình nhân

5.
Người Việt đã lắm đổi thay
Buồn cho lịch sử nước đầy rạng danh

(020818 - 2:30am, 23 âl. Đinh Dậu)

súng bắn game

Chỉ còn cây súng nước
Xả vào mưa lạc bước
Bầu tâm sự sướt mướt
Nhớ ai say lướt khướt

Chỉ còn cây súng pháo
Nổ vào Xuân huyên náo
Xuân hồn nhiên cởi áo
Ngực mùa Hạ căng đào

Chỉ còn cây súng lệ
Nã vào cầu phu thê
Lệ trắng sương tràn về
Ngoài nương ruộng bờ đê

Chỉ còn cây súng mực
Viết lên giấy dòng thơ
Mực tím thơ sầu ngất
Như cô gái giang hồ

Chỉ còn súng bắn game
Bắn chơi suốt thâu đêm
Tình đã trở thành game
Đấu trí đến mệt rêm.

(081817 súng lại nổ)

Tranh Đinh Trường Chinh

bạt

THÚ VUI TRẢI NỬA ĐỜI CÔNG TỬ
VÔ NGÃ

Viết tặng nhà thơ Lê Giang Trần

Buồn nhốt ta vào trong tiếng thơ
Trời đưa qua biển sống ơ hờ
Thú vui trải nửa đời công tử
Sầu nước mang tròn kiếp sĩ phu

(Thơ LGT, tập "Sài Gòn ở Phố Lưu Vong")

Ngón tay ve vuốt mấy sợi dây đàn, anh để hồn mình mơ mộng trong tiếng hát, như kể chuyện của bản thân trên cây lục huyền. Người nghe rung cảm vì biết anh đang xúc cảm: Dễ xúc cảm vốn dĩ là nghiệp dĩ của nhà thơ.

Trong bộ đồ trắng may cắt theo kiểu Trung Hoa, tóc buộc túm sau gáy, nhà thơ Lê Giang Trần vừa có cái phong thái tao nhã của các thư sinh Trung quốc hồi đầu thế kỷ, lại vừa có cái phóng túng của một công tử miền Nam.

Giọng anh thật ấm, trầm, và buồn. Anh hát những bản tình ca do người khác sáng tác nhưng rõ ràng là anh đang kể lại những đổ vỡ của đời anh. Có điều là giọng anh tha thiết nhưng không tuyệt vọng, ngậm ngùi nhưng không có nước mắt rơi. Có lẽ là vì giây phút tuyệt vọng đã qua rồi, từ đêm một người bạn vong niên đã đến với anh.

Thực vậy, thuở thanh xuân, anh là một công tử phú gia, có tiền, có bạn, có vợ đẹp con khôn. Nhưng đùng một cái, Cộng sản vào, anh hai bàn tay trắng. Sau khi vượt biên, gia đình đổ vỡ, anh bị khủng hoảng tinh thần, ý nghĩ quyên sinh lởn vởn trong đầu óc. Thế rồi có một đêm anh đang nằm gậm nhấm nỗi cô đơn trong một căn phòng để xe, thì có một người đàn ông lớn tuổi, quần áo chỉnh tề, đến trải một túi ngủ bên anh.

Ông ta là ai? Anh không biết, nhưng biết là ông ta đã đến để chia sẻ nỗi buồn với anh. Đột nhiên trời đất đẹp lạ thường như có bừng lên một tia nắng quái: Hóa ra trên đời còn có người quan tâm đến anh nữa sao?

Người đã đến đúng lúc, ném cho anh cái phao lúc anh đang sắp sửa bị dòng nước nhận chìm, không ai khác hơn là nhà văn, nhà thơ, nhà thiền học tiếng tăm lừng lẫy: Ông Phạm Công Thiện. Có thể nói là ông này đã mở cho anh con đường lên Thiếu Thất, qua ngã Đại Bi Tâm.

**

Anh đã trải qua giây phút sinh tử tế vi, nên hẳn là từ nay anh sẽ nhìn đời bằng con mắt khác. Lòng anh đã mở rộng nên từ nay thơ anh man mác tình người. Cho nên tuy bị đời chơi những cú đau điếng, nhưng riêng anh, anh vẫn đối xử tận tình:

Ván chơi người, trả bằng bạc thật
Đất trời chung cuộc hóa phù du
...

Phạm Công Thiện, người Thầy cũng là người bạn vong niên, đã đóng dấu ấn, không những lên trên tâm thức mà còn cả lên ngôn ngữ của anh nữa. Nên cũng một cách dùng chữ khác thường, cũng một cách suy tư sâu thẳm kỳ đặc. Khác thường, kỳ đặc, nhưng vẫn thanh nhã, đáng yêu.

Hiện thời, Lê Giang Trần đang trên con đường lên Thiếu Thất, coi tất cả như trò đùa. Cái nhìn yếm thế chăng? Như xưa kia Jean Leiba đã viết:

Cửa thiền một đóng, duyên trần dứt
Quên hết người thân chốn bụi hồng
...

Không, đó chỉ là cái nhìn của người chưa khai ngộ. Rút mình vào trong vỏ ốc, tuyệt tình với đời chẳng phải là thiền. Thiền là thỏng tay đi vào chợ. Cho nên ai đã khai ngộ hẳn sẽ đồng ý với Lê Giang Trần:

Ngứa tay đen đỏ, đành chơi chữ
Đời một canh bài đâu đã thua
...

Santa Ana, ngày 3 tháng 5, 1991
VÔ NGÃ

*

Ghi chú: Bài viết này của thi sĩ Vô Ngã, Nguyễn Khắc Hàm, đăng trên tuần báo VUI'S năm 1991, tờ báo của nữ quân nhân nhà văn Võ Thị Vui chủ trương và Chủ Nhiệm. Lúc đó Lê Giang Trần làm việc layout cho báo của chị, anh Vô Ngã làm việc biên tập. Chị Vui mất khoảng năm 2002. Tình cờ tìm thấy bài này trong thùng lưu trữ tài liệu cá nhân, xin đăng vào tập thơ như một kỷ niệm thân mến mà thi sĩ Vô Ngã đã tặng cho người em Lê Giang Trần.

Tranh Đinh Trường Chinh

ĐÔI LỜI VỀ BÀI VIẾT CỦA GIÁO SƯ THIỆN HỶ:

Bài viết "... đọc sài gòn ở phố lưu vong của lê giang trần" được giáo sư Thiện Hỷ viết năm 2000, 9 năm sau khi thầy đọc tập thơ đầu tay của tôi xuất bản 1991. Bài viết tay được thầy gửi bưu điện từ Texas đến tôi. Tôi chờ khi ra tập thơ mới sẽ đăng; nhưng rồi, tìm không ra vì không nhớ cất đâu.

Sau thi phẩm thứ 3, Trái Bôm Tình Yêu, may thay, tìm thấy trong một thùng lưu trữ giấy tờ nằm trong kho từ khi dọn nhà. Tôi đã mất liên lạc với Thầy Thiện Hỷ 18 năm nay, chỉ mong thầy còn khỏe mạnh an hưởng tuổi già; và tuy muộn màng nhưng bài của thầy là một tấm tình dành cho tôi nên xin trân trọng đăng vào Bạt trong thi tập "pha thơ vào biển gió" như một lời cảm tạ chân tình.(LGT)

NƠI KHÁCH ĐỊA, NHỚ SÀI GÒN XƯA, TÔI ĐỌC SÀIGÒN Ở PHỐ LƯU VONG CỦA LÊ GIANG TRẦN
THIỆN HỶ

Tôi mở mắt chào đời tại nhà bảo sanh Cô Mụ Mười, đường Colonel Grimaud (về sau đổi tên là Phạm Ngũ Lão) Sàigòn. Tôi được cha mẹ nuôi lớn lên tại Xóm Chiếu, Khánh Hội, Sàigòn. Lúc trí nhớ tôi vừa mới chớm, tôi nhớ rõ ràng trong xóm tôi không có nhà nào dệt chiếu, đan chiếu. Tôi nhớ rõ ràng chung quanh nhà tôi là một màu xanh bát ngát của ruộng lúa, vườn cam, vườn quít, của vườn tre, vườn trúc và bầu sen. Sen được trồng trong ao, nhiều ao sen hợp lại gọi là bầu sen *(ghi thêm: người lục tỉnh nói trại chữ "bàu" thành "bào" nhưng viết là bàu sen, chữ bàu không có dấu ^; giọng Bắc đọc "bàu" đồng âm với "bầu" v.v.)*

Tại Sàigòn có một con đường nhỏ, ngách của đường Trần Quốc Toản, gần trường đua Phú Thọ, mang tên không thơ mộng chút nào: Da Bà Bầu. Lúc nhỏ tôi tưởng tên đường Da Bà Bầu có nghĩa là nơi đó xưa kia có một bà tên là Bầu và da của bà ấy mang một màu đặc biệt chẳng hạn như màu trắng bệt mà người miền Nam gọi là da Bạch Chảng, loại da này giống như con cá lốc bị lột da. Hoặc da bà ấy nâu sẫm, hoặc bị sần sùi như da cóc, cho nên dân trong vùng gọi là Bà Bầu kèm theo biệt danh về Da. Lớn lên tôi mới biết người miền Nam gọi cây Đa là cây Da. Nhà học giả Trương Vĩnh Ký có nhắc đến xưa kia tại Sàigòn có "Chợ Da Còm", một chợ nhỏ cạnh trường Đại Học Văn Khoa đường Nguyễn Trung Trực (trước năm 1975). Trong ba chữ "Chợ Da Còm", Da là cây Đa: *"Thuở đó có một cái chợ tục danh "Chợ Da Còm", tức là chợ nhóm dưới gốc một cây Da nhánh còm, lá gie khòm xuống mặt đất."* [Vương Hồng Sển, *Sàigòn Năm Xưa*, Xuân Thu, Houston, Texas, tái bản 1976, trang 142.]

Bà Bầu có nghĩa là bà chủ làm chủ nhiều bầu sen. Xe ngựa chở khách còn gọi là xe thổ mộ − thời chưa có xe đạp và xe hơi − Khi người khách xe ngựa muốn đi từ địa điểm nào đó đến địa điểm nói trên, họ nói với người đánh xe: "Tôi muốn đi đến Cây Da ở Sàigòn nơi có bà chủ nhiều bầu sen." Câu này dài quá nên được rút gọn: "Cây Da cạnh nhà bà Bầu Sen." Về sau rút gọn hơn nữa, chỉ còn ba chữ "Da Bà Bầu." Tại góc đường Thành Thái - Trần Bình Trọng, Sàigòn có một xóm gọi là xóm Bầu Sen. Theo Vương Hồng Sển, tại đường Võ Tánh, Sàigòn (tác giả *Sàigòn Năm Xưa* không nói rõ Võ Tánh với góc đường nào) cũng có xóm Bầu Sen (trang 137.) Như vậy bầu sen không những ở Xóm Chiếu mà hầu như trải dài rất nhiều nơi tại Sàigòn. Tôi còn nhớ rõ thuở ấy mẹ tôi thường nấu hay làm những món ăn từ sen, như dưa ngó sen, canh củ sen, canh ngó sen, chè củ sen, chè hạt sen, và chúng tôi thường ăn hạt sen tươi được tách ra từ gương sen. Trên bàn thờ thường được chưng hoa sen.

Tại Xóm Chiếu, Khánh Hội, tôi không được phép đến gần ao sen vì ba má tôi sợ tôi trợt chân té xuống ao. Không khí nơi đây trong lành, mát rượi, gió mát quanh năm. Vài chục năm sau, nơi khách địa, tôi tìm đọc lại *Sàigòn Năm Xưa* (Xuân Thu, Huê Kỳ, tái bản 1976) để lắng nghe Vương Hồng Sển nói gì, thấy gì tại Xóm Chiếu. Té ra trong suốt tác phẩm ấy tác giả không viết một dòng nào về Xóm Chiếu. Vương Hồng Sển viết về những xóm tại Sàigòn như Xóm Dọn Bàn, Xóm Tàu Ô, Xóm Mọi Lèo, Xóm Lò Heo, Xóm Câu, Xóm Chỉ, Xóm Lá, Xóm Cốm, Xóm Lò Rèn, Xóm Chợ Vắp, Xóm Dầu, Xóm Gái Nhựt, Xóm Đầm, Xóm Te, Xóm Rớ, Xóm Than, Xóm Củi, Xóm Bàu Sen, Xóm Lò Gốm, Xóm Lá Buôn, Xóm Lụa, ... Tác giả *Sàigòn Năm Xưa* chỉ viết vài chữ về Khánh Hội. Khánh Hội là một làng bên kia Rạch Bến Nghé, Xóm Chiếu nằm trong làng Khánh Hội, vậy Xóm Chiếu chỉ là một thôn, một ấp nhỏ bé và quê mùa so với đô thị Sàigòn rộng lớn, không đáng cho Vương Hồng Sển ghé mắt vào.

Thỉnh thoảng mẹ tôi đưa tôi qua Giồng Ông Tố và Thành Tuy Hạ để thăm cậu mợ tôi. Muốn đến hai nơi này phải qua bên kia sông Sàigòn bằng đò tại bến đò Thủ Thiêm. Lúc bấy giờ bến ấy chỉ có những xuồng tam bản chèo tay đưa khách: "Cuối đường Tự Do (tức đường Catinat cũ) ... có con đò chèo tay đưa rước khách bộ hành qua lại Thủ Thiêm." (*Sàigòn Năm Xưa*, sđd, trang 102.) Dịp này, tác giả *Sàigòn Năm Xưa* nhắc đến hai câu ca dao:

Bắp non mà nướng lử lò
Đố ai ve được con đò Thủ Thiêm!

Và Vương Hồng Sển giải thích: *"Con đò Thủ Thiêm chính là cô lái đò mỹ miều..."*

Chỉ cách một con sông thôi, mà không khí nơi Giồng Ông Tố và Thành Tuy Hạ đổi khác liền, gió mát hơn, mạnh hơn, lành lạnh hơn gió bên kia sông Sàigòn. Không có bàu sen, ao sen, hai thôn này chỉ có ruộng lúa, vườn cam, nhà cửa thưa thớt. *Sàigòn Năm Xưa* không nhắc đến Giồng Ông Tố và Thành Tuy Hạ vì hai nơi ấy chỉ là hai thôn quá ư nhỏ bé và quê mùa.

Năm 1945 Nhựt đảo chánh Tây, thả bom bừa bãi khắp nơi, nhà tôi bị cháy, gia đình tôi phải rời Xóm Chiếu. Vài ngày sau, gia đình tôi về lại Xóm Chiếu, tá túc nhà cậu mợ tôi vì nhà cậu mợ may mắn không bị ăn bom Nhựt. Thời gian ngắn sau, Ba tôi ở lại Sàigòn, má tôi tha hai chị tôi và bồng bế tôi về Bến Tre, quê ngoại tôi. Lúc bấy giờ chưa có xe lô, xe đò, cho nên từ Sàigòn về Bến Tre phải đi bằng thuyền lớn. Vương Hồng Sển có nói rõ trong *Sàigòn Năm Xưa*, trang 128 và trang 144: *"Chợ Lớn thuở xưa có hai đường thủy thông thương với Mỹ Tho và miền Hậu Giang."*

Vài năm sau, giặc Nhựt không còn, tôi được đưa về Phú Nhuận thuộc Gia Định (Phú Nhuận về sau sáp nhập vào Sàigòn.) Xa xa nhà tôi, bát ngát màu xanh của vườn tre, vườn trúc và vườn điều... Ở Phú Nhuận vài năm, ba tôi tạo được căn nhà tại ĐaKao thuộc quận Nhứt. Tôi tiếp tục học hành tại Sàigòn. Xong Tú Tài, tôi xa Sàigòn 3 năm, rồi lại xa Sàigòn thêm 5 năm nữa để làm nghề dạy học tại Mỹ Tho. Sau tám năm xa Sàigòn tôi lại được bổ nhiệm về Sàigòn, tiếp tục nghề giáo tại Sàigòn, Chợ Lớn, Phú Lâm, Thị Nghè, Gia Định. Cho đến ngày miền Nam bị cưỡng chiếm, tôi lui về quê vợ tại Mỹ Tho. Sống dưới chế độ Cộng Sản được 5 năm, tôi vượt biên.

Nhìn lại quãng đời đã qua, Sàigòn luân lưu trong huyết quản tôi, trong từng thớ thịt của tôi, trong từng hơi thở của tôi. Sàigòn đối với tôi tràn đầy vui buồn, những kỷ niệm êm đềm thơ mộng. Xóm Chiếu Bầu Sen của tôi với vườn tre, vườn trúc, vườn cam, ruộng lúa. Xóm Chùa Kỳ Viên của tôi với vườn tre, vườn trúc, vườn điều. Đa Kao, Tân Định của tôi với khúc sông Sidec trong veo hiền hòa. Tất cả nơi chốn ấy là những vang bóng trong tâm hồn tôi, miền linh thoại của riêng tôi, luôn luôn đeo níu sát bên tôi.

**

Năm 1982 tôi ở trọ tại đường Brookhurst, ngách của Bolsa Avenue, thuộc thành phố Westminster, Nam California, để quyết tâm giựt cho được mảnh bằng Drafting tại trường Criss College thuộc thị xã Anaheim. Lúc bấy giờ tôi thường mua sắm thực phẩm và vật dụng hằng ngày tại vài chợ trên đường Bolsa. Người Việt Nam sinh cơ lập nghiệp nơi đây khá đông. Có người nói với tôi rằng nơi đây được gọi là thủ đô Sài Gòn vì có nhiều người Việt Nam cư ngụ. Nghe nói như thế, nhìn quanh tôi, quả nhiên đa số là khách Việt Nam vào ra các chợ. Ngồi trên xe buýt tôi ngắm cảnh trên đại lộ Bolsa, trên đường Magnolia và vài đường phố khác nữa, nhà cửa, phố sá nơi đây thật không có một mảy may, một cỏn con nào giống với Sàigòn thực sự của tôi. Làm sao có thể tìm thấy vườn tre, vườn trúc, vườn điều, bàu sen nơi phố thị Bolsa này? Làm sao có thể tìm thấy được tòa đô chánh, chợ Sàigòn, đường phố Catinat, đường phố Bonard, bờ sông Sàigòn, bến đò Thủ Thiêm, cầu Vĩnh Hội, đường vào Khánh Hội, Xóm Chiếu, Giồng

Ông Tố, Thành Tuy Hạ, đường vào Lăng Ông Bà Chiểu, Phú Nhuận, Đa Kao, Tân Định, Thị Nghè nơi phố thị Bolsa này?

Cũng năm ấy, cầm lấy mảnh bằng 6 tháng Drafting trên tay, tôi rời khỏi Nam Cali, đến Myrtle Beach thuộc tiểu bang South Carolina để tìm việc làm. Sau đó rời khỏi Myrtle Beach tôi đến Dallas, Texas, có được việc làm èo ọp và cư ngụ tại thị xã Carrollton phụ cận của Dallas.

Năm bảy năm sau, đọc báo thấy tại Nam Cali có nơi được gọi là Sài Gòn Nhỏ (Little Saigon) nơi mà trước kia tôi từng cư lưu một thời gian ngắn. "Sàigòn thực sự" tôi đã từng cư lưu từ khi mới mở mắt chào đời. "Sài Gòn Nhỏ" tôi cũng đã từng lê thân học hành và kiếm sống.

***

Gần hai mươi năm rời bỏ quê hương, kéo lê kiếp sống lưu vong nơi khách địa, tôi luôn luôn nhớ Sàigòn của tôi, tôi nhớ Xóm Chiếu của tôi, nhớ Giồng Ông Tố, Thành Tuy Hạ, bến đò Thủ Thiêm, Xóm Chùa Kỳ Viên, Phú Nhuận, ĐaKao, Tân Định, đường Hùng Vương, Mỹ Tho, trường Nguyễn Đình Chiểu, Cầu Quây, Xóm Đinh Bộ Lĩnh… những "nơi chốn ngày xưa thân ái" của tôi.

Gần hai mươi năm lưu lạc, gởi thân nơi trại tị nạn Cao Miên, trại tị nạn Thái Lan, Nam Dương, Singapore, cuối cùng được định cư tại Mỹ. Một ngày vào Thu của năm Kỷ Mão, tôi đọc *Sài Gòn Ở Phố Lưu Vong* của Lê Giang Trần (Tân Thư, California, XB 1991).

Thị tứ nơi người Việt tị nạn Cộng Sản tập trung lưu trú đã trở thành một "Sài Gòn Nhỏ", phố xá đầy ắp những thương hiệu của Sài Gòn trong trí nhớ, như vẽ lại một Sài Gòn Thủ Đô, vì thế nơi đây được mệnh danh là "Thủ Đô Tị Nạn", người ta dùng sơn dùng cọ vẽ lên một Sài Gòn trong ký ức. Bài thơ *Sài Gòn Ở Phố Lưu Vong* được dùng tựa làm chủ đề cho tập thơ, viết vào năm 1989, với nội dung kể chuyện Tết bằng "nếu em biết" như sau:

Những ngày cận Tết năm nay (1989) tại Sài Gòn Nhỏ đường xá tắt nghẽn vì người Việt đổ xô chen chúc mua sắm đủ thứ. Tết năm nay thị tứ này có gió, có mưa, lạnh cóng. Đêm giao thừa có đủ thứ bánh mứt, rượu, thịt, hoa quả, và rộn tiếng pháo chào Xuân, nhưng những thứ ấy vẫn không ngăn được nỗi nhớ niềm thương về quê hương, xứ sở; không ngăn được dòng lệ lăn dài trên má. Tết năm nay mấy người bạn thân của anh không đến viếng anh vì họ đã chọn về Việt Nam vui Xuân, nên anh nhân dịp này gửi chút quà về biếu em, nhờ người bạn thân giùm mang đến trao em. Nhìn lại cảnh "Sài Gòn thực sự" trên màn ảnh truyền hình làm anh không ngăn được nỗi xúc động dạt dào. Tại phố "Sài Gòn Nhỏ" thì người ta dùng sơn cọ cố vẽ dựng lại cảnh trí của "Sài Gòn thực sự ngày nào" để cho lòng đỡ nhớ đỡ thương. Nếu em đã biết những điều anh kể thì mùa Xuân năm nay em hãy đến viếng nghĩa trang tử sĩ và kể lại cho họ nghe:

Kể rằng bên đó dùng sơn cọ
Vẽ lại Sài Gòn ở phố lưu vong.

Thi sĩ cho biết ông là một người vượt biển:

Đội sao đạp biển đi đày xứ xa
(Thấy ta rồng phụng ba miền tứ phương)

Vượt biển, tự đi đày nơi xứ lạ quê người để thoát khỏi địa ngục trần gian nơi quê nhà:

Dân bỏ nước làm người tị nạn
Từ địa ngục sau lưng di tản
(Tự Vấn)

Chuyến vượt biển thành công, tác giả trở thành kẻ tạm dung, người tị nạn trên đất Mỹ. Rải rắc khắp tập thơ *Sài Gòn Ở Phố Lưu Vong*, Lê Giang Trần khéo diễn đạt, khéo trình bày thân phận bi đát của người lưu vong. Lê thân nơi đất khách, người tị nạn phải biết hòa mình, phải biết hội nhập với đời sống mới, phải biết tiếp thu văn hóa, văn minh, phong tục, thói lề, tập quán, lễ nghi, ngôn ngữ của dân tộc nơi đất nước mà mình đang bám thân tầm gởi. Muốn hội nhập, muốn hòa mình phải có một khởi điểm, một bắt đầu: "... *theo nhịp đập con tim trong căn phòng cô quạnh rải rác đâu đó trên những thổ ngơi lưu vong khắp trái đất.*" [bắt đầu]

Việc đầu tiên cấp bách của người tị nạn nơi xứ lạ quê người chính là công ăn việc làm để lo cho miếng cơm manh áo, một căn phòng trọ... Loay hoay nơi xứ người, Lê Giang Trần làm mọi công việc làm tạm, kể cả nghề "lắp ráp" (assembly). Cuộc sống dần trở thành máy móc, và con người cũng không khác, khi nằm trong vòng quay của guồng máy xã hội Tây phương:

Hạnh phúc ở đôi bàn tay máy móc
Là cuối tuần đốt bớt bạc làm ra
(Thị tứ tương lai)

Kẻ viết bài này đã từng trông cậy vào "đôi bàn

tay máy móc" để căng sợi dây cao su, vô mỡ cho 12 bánh xe bạc đạn nhỏ (bearings) trong một bộ phận của máy thử nước tiểu tại hãng điện tử Abbot, Irving, Texas. Cứ căng dây và vô mỡ bò như vậy suốt 8 giờ đồng hồ / một ngày. Cứ như vậy ngày này qua ngày khác, tuần này qua tuần khác, tháng nọ qua tháng kia. Công việc đều đều ấy biến mình thành một thứ máy trong guồng máy nhỏ của một khâu, một chuỗi dây chuyền gồm 12 người. Một người khác cứ chấm chì nóng chảy vào chân một con "chip" khi con chip ngừng trước mặt anh ta khoảng 5 giây. Cứ thế, làm như vậy từ năm này sang năm khác. Cứ vặn bù lon như anh thợ máy trong phim hài "Modern Times" của Charles Chaplin, từ giờ này qua giờ khác, tháng nọ qua tháng kia... cuối cùng anh thợ máy ấy phát điên, bàn tay đụng vào cái chi cũng siết bù lon!

Xứ Hoa Kỳ này là một xứ sản xuất, con người trở thành một dụng cụ sản xuất, một thứ máy sản xuất. Tôi không phát điên, anh "chấm chì" chưa phát điên, ấy cũng là một điều may phước lắm. Muốn có một việc làm thì ai cũng phải chạy đôn chạy đáo, nhanh tay nhanh chân, nếu không thì không được "giốp": *"sự sống còn dành cho kẻ nhanh tay"* [Thị tứ tương lai].

Phải cố gắng tìm cho bằng được công ăn việc làm nơi khách địa, phải chen, phải lấn, như con cá xiêm đen phải cắn, đá địch thủ tối đa để giành phần thắng. Phần thắng ở đây là có được một "giốp":

Nhớ ngày con cá lia thia
Nhốt trong keo chậu đá lia cuộc đời
(Ngược đường hoa)

Có được công ăn việc làm – chứ không phải nghề, cũng không phải nghề-nghiệp – rồi, lại lăn mình đi làm thêm giờ phụ trội, có khi làm đến 2 giốp để có thêm tiền chi phí rộng rãi nọ kia, hoặc sắm thêm tiện nghi cho chính mình. Thân xác rã rời, mở miệng với bạn bè than mệt mỏi: *"lại than van cuốc cày"* [vẫn như vậy weekend].

Làm việc nơi xứ lạ quê người khác nào người nông dân "cày" sâu "cuốc" bẫm, khác nào thân trâu "cày" vỡ ruộng sâu, cho nên nhiều người gọi việc đi làm là "đi cày": "Tuần này tôi đi cày suốt 7 ngày, có ngày cày luôn 16 tiếng đồng hồ!" Cứ cày riết như vậy rồi thành quen, quen đến độ không còn muốn than van nữa, vì than thở cũng vô ích:

Sống quen như thảo cầm bách thú
Quên than van quên thói chau mày
Sống như động vật mù nghe ngóng

(Người du khách tháng tư)

Mỗi ngày đi làm suốt tám giờ đồng hồ hoặc nhiều hơn nữa, mỗi người phải đem theo thực phẩm để dùng sau khi làm việc được nửa ca. Thực phẩm thường được đựng trong một cái hộp nhựa mà người Mỹ gọi là "hộp ăn trưa" (lunch box.) Cái hộp đựng thực phẩm này dưới mắt Lê Giang Trần là một cái lon:

Sinh nhai lê gót khắp cùng
Chiếc lon độ nhựt xót từng lao đao

(Sầu tận tửu)

Năm xưa, một người bạn cùng làm việc với tôi tại hãng điện tử Abbot đã nói với tôi:

- sáng xách chiếc hộp đi, chiều xách chiếc hộp về, khác nào như vác bị đi ăn mày.

- Cái bang – Hiện nay tôi là cái bang một túi. Còn anh? Chừng nào anh lên đến cái bang tám túi?

Lê Giang Trần đi làm những công việc tạm suốt tám năm ông sống lang thang nơi xóm chợ "Sài Gòn Nhỏ", tám năm ấy khác nào tám năm đi ăn xin: *"Tám năm tên hành khất"* [Mùa Đông ở đường Wood]. Đã mang thân phận kẻ ăn mày nơi đất khách quê người thì có chi để tự hào:

Như cây gậy ăn mày đói khổ
Chốn lạc loài chẳng có gì vui
(E.T. go Home)

Thi nhân mỗi đêm trở về với nỗi cô độc quạnh quẽ, vì ban ngày dành lo cho miếng cơm manh áo: *"Sống mòn với áo cơm, cô độc, âm thầm"* [Người sống lại]

Có khi trong lúc làm việc, Sếp đến bên mình kề tai nói nhỏ: "Kỳ lãnh lương này là kỳ lương chót của ông, vì hãng của chúng tôi đã mãn hạn giao kèo rồi." Ấy là mất "giốp," lại phải chạy đôn chạy đáo đi tìm "giốp" khác sau thời gian ngắn lãnh tiền thất nghiệp:

ở nơi đến tưởng yên bề
hóa ra đau khổ nhiêu khê hơn Kiều
(Lời nói của đêm)

Mất "giốp" chỉ là một trong nhiều "đau khổ nhiêu khê" của người lưu vong. Nơi xứ văn minh, tiến bộ, tôi đã đánh mất cái tôi, tôi không còn là tôi nữa, tôi đã hóa thành thứ người gì không còn là chính tôi nữa, như con cá xiêm đen biến thành cá phướng đỏ, tuy đẹp hơn cá xiêm nhưng chỉ biết phùng xòe khoe dáng khoe thân hơn là đấu cắn, đấu đá; hoặc như cá lý ngư thành cá sư tử, cá sư tử thành cá kỳ lân:

Cá xiêm đen lai thành phướng đỏ
Chủng tính can cường ép giống thọ sinh
Kỳ ngắn răng đanh mình thon vẩy cứng
Biến dạng đuôi dài mắt nhỏ bụng thon
Lý ngư ép thành cá sư tử
Sư tử mắt nhồi hóa cá kỳ lân
Tôi cũng thế, mày rồng mắt phụng
Bỗng hóa thành loài cá kỳ khôi
Bơi trong nước thời văn minh thế kỷ
(Tôi thanh xuân trong từng giây phút)

Tuy bị biến thể, biến hình như thế nơi xứ lạ quê người, nhưng nếu phải so sánh thân phận làm người nơi khách địa với kiếp người nơi quê nhà dưới chế độ cộng sản thì kiếp sống của người lưu vong vẫn còn khá hơn, dễ thở hơn:

Mà ngạc nhiên về nơi quê cũ
Kiếp người như ngựa kéo xe
Đôi mắt che đen bước về trước mặt
Lầm lũi trần mình khi xà ích thúc roi
(Những thừa số tính sai)

Để quên đi thân phận bi đát của kẻ lưu vong, thỉnh thoảng Lê Giang Trần tìm thú tiêu khiển nơi xứ người hoặc đưa tâm thức của mình về nơi chôn nhau cắt rún, chốn quê hương cực kỳ êm đềm thơ mộng.

Cách giải trí thông thường nhất của người tị nạn là dán chặt đôi mắt của mình vào chiếc Tivi, mặc dù chiếc TV chẳng đem chút ít lợi lạt gì cho lắm: *"Đời sống thuộc chiếc ti vi chủ động"* [Thị tứ tương lai]

Hoặc dùng rượu để tiêu sầu: *"Quán cơm chiều nhiều rượu tụ đông"* [Thị tứ tương lai]

City này có quán rượu

....

Mang cho tôi một chai bia

(Mộ ngực cô đơn)

Một đêm khuya ta bước vào quán rượu
Gọi order: Em cho một nụ cười

Tôi ngồi trong quán rượu. Cô hầu bia mang đến cho tôi một chai bia. Tôi làm quen với cô. Cả hai chuyện vãn không đâu. Tôi với cô cùng chung một thân phận, thân phận của kẻ lưu vong, lạc loài tìm kế sinh nhai nơi khách địa. Đó là nội dung bài thơ *Mộ ngực cô đơn*.

Nơi đây không có Tết Việt Nam. Người Việt lưu vong không bao giờ được hưởng một cái Tết rất Tết nơi quê nhà. Bất quá chỉ có bữa tiệc đơn sơ trong gia đình vào ngày Ba Mươi hoặc Mùng Một. Nơi khách địa, vào ngày Tết Việt Nam nhiều người vẫn phải "đi cày" như thường.

Tiếng pháo Tết xé thêm lòng áo não
Đêm giao thừa nén khóc niệm cây hương

(Người sống lại)

Hương trầm vọng bái cố hương
Cúi đầu nghe lệ hồ trường cô miên

(Phố xuân)

Lê Giang Trần nhớ Sài Gòn, thương Sài Gòn nhưng vẫn không quên nơi chôn nhau cắt rún của mình: Bạc Liêu. Nhắc đến Bạc Liêu ai ai cũng thuộc nằm lòng câu ca dao:

Bạc Liêu là xứ quê mùa
Dưới sông cá chốt, trên bờ Tiều Châu

Và đây, Lê Giang Trần nhắc đến Bạc Liêu một cách trìu mến: *"Bạc Liêu mắt nhãn môi hồng bòn bon"* [Thương em]

Trí mường tượng lại thời xưa xa lắm
Mưa ngập đồng em băng ruộng đem cơm
Mưa trắng đêm anh dầm lên đầu xóm
Gọi cô bạn mình nhái giọng cú kêu

...

Bạc Liêu nắng bụi mưa sình
Dưới sông cá chốt
Con bạn mình nơi đâu

...

Ôi câu hát đưa em miền đất mặn
Sao nghe còn bàng bạc bên tai
Ôi câu hát Việt Nam đầy ly biệt
Mưa gió càng nghe đứt ruột gan

(Phải em là mưa gió)

***

Cho dẫu làm thân trâu ngựa nơi quê nhà hay nơi khách địa, con người vẫn luôn luôn nuôi dưỡng một mầm hy vọng lớn lao cho cả kiếp người, ấy là niềm hy vọng được giải thoát, được thoát khỏi cảnh lao ngục của trần gian: *"... Bắt đầu một nóc nhà thờ vươn lên trong bầu trời, bắt đầu một mái chùa đơn sơ nơi góc phố."* [Bắt đầu]. Tiếng chuông chùa giữa đêm khuya khiến mọi người sực tỉnh:

Chợt nghe vẳng tiếng chuông đưa
Chùa đâu bên cạnh thức khuya thế này?

(Sầu tận tửu)

Vẳng nghe một tiếng hát, tiếng hát của một bài hát cũ, như tiếng chim ríu rít khiến thi nhân nhớ về cố hương:

Tôi nghe tiếng hát bên trời tối
Như tiếng chim nào gọi cố hương

(Như tiếng chim nào gọi cố hương)

Nơi khách địa, anh đã trực nhận niềm im lặng mênh mông của hố thẳm, còn em nơi quê nhà em có được diễm phúc như anh?

Cuối đường hố thẳm gọi mời
Rớt tôi trong đó em rơi phương nào?

(Ngược đường hoa)

Lê Giang Trần đã nhảy vào hố thẳm đồng thời ước mong mỗi người đều sáp nhập vào hố thẳm tịch lặng của Không-Tánh.

THIỆN HỶ

Carrollton, Texas ngày 01 tháng 1, năm 2000

Chú thích: **Xóm Te:** tức rạch Ông Bé, bên kia rạch Bến Nghé. Vương Hồng Sến trong Sài Gòn Năm Xưa, trang 127, viết: *"Kể dài theo bờ rạch là làng: Khánh Hội, Tân Vĩnh, Vĩnh Khánh, Bình Xuyên và Tứ Xuyên. (Làng Vĩnh Hội sau này là do các làng Khánh Hội, Tân Vĩnh và Vĩnh Khánh gộp chung lại). Ranh làng Tứ Xuân đụng rạch Ông Bé tục danh là Xóm Te. Te là Giủi dùng để đánh cá, Giủi trong Nam gọi là Nhủi."* Như vậy, Bến Te hay Bến Tre? Chữ nào đúng?

Tôi xin giới thiệu vài bài thơ tiêu biểu của Lê Giang Trần trong *Sài Gòn Ở Phố Lưu Vong*

SẦU TẬN TỬU

Tương lai như ả tình hờ
Vui cho ao ước, buồn cho lạnh lùng
Sinh nhai lê gót khắp cùng
Chiếc lon độ nhật xót từng lao đao
Hỏi trăng ta ở phương nào
Hỏi hoa em đã giạt vào mấy tay
Hỏi đời ly rượu tỉnh say
Miếng mồi thế tục đắng cay có chừa?
Chợt nghe vẳng tiếng chuông đưa
Chùa đâu bên cạnh thức khuya thế này?

THƯƠNG EM

Thương em bánh cuốn bánh xèo
Da vàng da trắng có nghèo cũng sang
Thương em nướng bắp khoai lang
Bắp vàng phết mỡ, khoai vàng lát chiên
Thương em đậu phộng luộc mềm
Gói trong lạo giấy làm thèm trái tim
Thương em ngồi lụi mía ghim
Con dao róc vỏ chẻ tên cắm người
Tưởng nàng cắm trái tim tôi
Hóa ra cắm một chùm đời dễ thương
Thương em chấm ruột muối đường
Ngọt thanh soài tượng chua dường me xanh
Thương em chuối nướng mỡ hành
Ngón tay trở chuối để dành trở tôi
Thương em quần lãnh bán xôi
Má hây màu gấc môi bôi màu hường

Thương em bánh tráng bánh phồng
Lửa than khéo quạt cho lòng tôi bay
Thương em vịt lộn tóc dài
Rau răm tiêu muối cười hai trứng tròn
Thương em cóc ổi muối dòn
Nói năng cam thảo nghe còn ớt cay
Thương em tay quấn bông lài
Mời anh mua ướp một ngày yêu đương
Thương em rảo gánh chè thưng
Tiếng rao cao vút thượng tầng trăng mơ
Thương em cơm rượu xôi vò
Ban trưa nắng gắt qua đò qua truông
Thương em măng cụt chấm đường
Mít thơm tố nữ, mận Trung Lương hồng
Thương em trước chợ Nhà Lồng
Bạc Liêu mắt nhãn môi hồng bòn bon
Thương em tuổi ngọc gót son
Một đời lận đận như con cò chiều
Thương thì thương biết bao nhiêu
Trời xanh cứ thổi thêm nhiều gió bay
Bay tôi bay cả tháng ngày
Rơi tôi rơi xuống bên trời xứ xa

(tháng 9, năm 1990, cảm thơ ở Hương Nem Nướng Bạc Liêu)

MỘ NGỰC CÔ ĐƠN

City này có quán rượu
Bán cho những người cô đơn
Đến tìm chút mùi dĩ vãng

Tôi gặp em nơi quán nhỏ
Những cô gái Santa Ana
Thời trang Mỹ, sắc đẹp Việt
Chuyện tương lai không cần biết

Mang cho tôi một chai bia
Đốt cho tôi ly nến hồng
Bia để đo thời gian nghĩa địa
Nến hồng thắp mộ ngực cô đơn

Em thích ăn khô mực xé
Như nhai từng thớ tim người
Chấm vào tương ớt đưa cay
Cho hồng thêm đôi má trẻ

Tôi thích ngắm bọt bia tan
Thả vào ly khói thuốc tràn
Em bảo tôi nhiều lãng mạn
Yêu nhanh hơn điếu thuốc tàn

Tôi chỉ em dưới đáy cốc
Là một tâm hồn ngu ngốc
Như rượu thuốc mang chất độc
Như lỡ làm trai ngang dọc

Trai ngang dọc – gái hầu bia
Gặp nhau cùng hẹn ngày về
Cho đời trôi qua cơn mê
Cho người giăng tay bốn bể

Em cười ướt cả cuộc vui
Ướt hết con mắt có đuôi
Ướt luôn cõi lòng yếu đuối
Ướt hai trái tim bồi hồi

(1985)

SÀI GÒN Ở PHỐ LƯU VONG

Nếu em biết xuân này xuân hội lớn
Vòng an ninh bao chận giữ lưu thông
Mười bốn năm chính thức gọi Sài Gòn
Đường vô phố khách dò theo hướng bảng

Nếu em biết xuân này xuân mưa gió
Phố bày hoa người bán đứng co ro
Chợ không đông, đường vắng, quán đêm mờ
Năm cũ hết, buồn quanh Sài Gòn Nhỏ

Nếu em biết giao thừa nào cũng vậy
Rượu vừa rơi là lệ nhớ vừa rơi
Tết năm nay pháo được đốt tung trời
Trong nước mắt niềm vui và thương tủi

Nếu em biết Tết bên này vắng lạnh
Bạn bè xa thôi về lại thăm anh
Hỏi han ra, bè bạn lấy du hành
Trở về nước mừng Xuân vui cố cảnh

Nếu em biết ba ngày Xuân mưa phủ
Anh khác gì trời đất ủ âm u
Gượng vui mong số bạc gửi theo nhờ
Người về nước trao em làm Tết nhỏ

Nếu em biết anh được nhìn phim sống
Cảnh Sài Gòn sơn phết, chợ xe đông
Lòng nhớ thương, ai cũng lệ rưng tròng
Hiu hắt ấy đau nhiều hơn xúc động

Nếu em biết, Xuân này xin viếng mộ
Nghĩa trang nào người lính chết bơ vơ

Kể rằng bên đó dùng sơn cọ
Vẽ lại Sài Gòn ở phố lưu vong
(1989)

VỊNH SĨ PHU

Buồn nhốt ta vào trong tiếng thơ
Trời đưa qua biển sống ơ hờ
Thú vui trải nửa đời công tử
Sầu nước mang tròn kiếp sĩ phu
Ván chơi người, trả ròng bạc thật
Đất trời chung cuộc hóa phù du
Ngứa tay đen đỏ đành chơi chữ
Đời một canh bài đâu đã thua
(1985)

PHẢI EM LÀ MƯA GIÓ

Mưa rất nhọn mưa đâm vào cửa kính
Gió bạo hành gió quất ríu đầu hiên
Giật người khỏi giấc mơ hương lửa
Ta bật ngồi như em chợt về bên

Trí mường tượng lại thời xưa xa lắm
Mưa ngập đồng em băng ruộng đem cơm
Mưa trắng đêm anh dầm lên đầu xóm
Gọi cô bạn mình nhái giọng cú kêu

"Bạc Liêu nắng bụi mưa sình
Dưới sông cá chốt...
Con bạn mình nơi đâu?"

Ôi câu hát đưa em miền đất mặn
Sao nghe còn bàng bạc bên tai
Ôi câu hát Việt Nam đầy ly biệt
Mưa gió càng nghe đứt ruột gan

Anh vụt ước phải em là mưa gió
Còn gặp nhau còn có đợi chờ nhau
Anh vụt trách trời mưa trời gió
Tình băng trôi đời cũng lăn xuôi
(1988)

NGƯỢC ĐƯỜNG HOA

...
Xa em từ độ ngục tù
Rời xa nhau nữa chốn trù phú hơn
Xa con từ độ lớn khôn
Càng xa biệt nữa cuối đường tị dung
Xa cha xa mẹ mịt mùng
Sau lưng vết quất roi chừng buốt đau
Ngước lên nhìn lại vì sao
Xem đời ta mạng bao lâu trở về
Mười hai năm mộng cối kê
Tỉnh ra ngồi giữa bốn bề mưa không
Ngược đường hoa rụng ngập vàng
Nhặt lên tất mệnh Việt Nam ngậm ngùi
...
(1987)

Tranh Đinh Trường Chinh

mục lục

lời tựa	7

pha vào tự cảm

luận điệu	13
cởi mưa rong chơi	14
nỗi cuối năm	15
mất yêu	16
từng giây sinh ly	17
ngày mất mẹ	18
ngày 23 âm	22
ngày giỗ mẹ	23
vòng tay hà nội	24
rất nhạy	26
nhật ký biển	27
ngày chim đến hát	28
đôi khi	29
quantum	30
đêm biển vãng sanh	31
layout	34
quantum nhớ	36
bản án tôi	37

pha vào nơi sống

mưa tàn đông pha nhạc	41
ánh sáng không nhìn thấy	42
bềnh bồng thanh xuân	44
nỗi một	45
bức tranh âm thanh	46
tình ngân	47
tiếng hát rong	48
thơ đi bụi đời	50
không nữ tính	51
một cách rất hoang đường	52
tình yêu ảo thuật	54
giữa một thời kinh	58
ái túy	59
trăng hẹn 150 năm	60
đón xuân	62
áp lực đời sống	63
buồn lên mái đầu	64
xuân mai	65
tháng tư hú	66
em thơ	67
nghịch lý	68
thơ bay	70
khoảng cách	72
nước vỡ	74
bolsa chợ đêm hè	75
tờ lịch ngày	76
tiếng thở thơ	78
rồng rắn	80
chiếc hài thành phật	81
pha vào	82
gió cuồng	84

ngọc trai	85
ra phố	86
hai thái cực	87
mưa hẹn	88
trong màu mưa	89
yên lặng tấu khúc	90
tương phùng	91
âm nhạc	92
ẩn ngữ màu	94
phố sớm	95
tấm thiệp nhạc noel	96
viên đá bệnh	97
nỗi ôm...	98
ngày gặp lại bạn chicago	100
bông sầu đâu	102
cảnh tuổi già	104
âm thinh trong thinh lặng	105
từ chim lặng lẽ bay	106
vu lan rung lòng	108
tướng tình yêu	109
tim đàn ông	110
ủ im lặng	111

pha vào **hồi niệm**

vấp giữa càn khôn	115
trở lại san francisco	116
nàng cần thơ	118
sài gòn nhỏ say	120
tiểu muội mặt ngầu	124
bên triền phượng tím	126
người áo tím	127
ta dạy trăng làm thơ	128

nỗi nhớ già	130
chim hút mật	132
nhớ ơi	133
phương trời xanh	134

pha vào **quê nhà**

cầu biên giới tuổi	139
đừng trễ hẹn luân hồi	140
áo dài xanh thánh linh	142
diều ngốc bay	143
con gái mỹ tho	144
chật những xinh	146
thưởng lãm	148
ánh sáng tình yêu	149
em thành thơ truyền tụng	150
mặt trận	152
cô tiếng "vọng cổ"	154
cầu ván	157
say ngân chuông thiền	158
tháng bảy tiến linh tự hào	160
áo vàng	163
tôn tượng vua quang trung trên phố bolsa	164
thơ thay vàng mã	167
người về sài gòn	170
tôi giấu ở sài gòn	172

pha vào **bằng hữu**

lãng đãng thơ trịnh y thư	177
chim kêu về núi trần văn nam	180
hương rừng pháp cú nguyễn diệu thắng	182

tình đạo hữu	185
kí lô mét thơ mộng ntkm	188
đêm trăng họp bạn	190
nguyễn long, chân dung rồng ngọc	191

pha vào cười đau

tháng tư	197
đi bão	197
con thòi lòi	198
sâu não	199
túy tửu đại ngôn	202
phiếm khúc vịt quay	203
vỏ hạt sen	206
chó sủa	208
vở kịch địa cầu	210
bức tranh vân cẩu	212
sư tử hống	214
nghịch lý	216
huyền môn	217
cờ bạc với thơ	218
sớ táo tường trình	220
súng bắn game	222

bạt

thú vui trải nửa đời công tử • *Vô Ngã*	227
nơi khách địa, nhớ sài gòn xưa, tôi đọc sàigòn ở phố lưu vong của lê giang trần • *Thiện Hỷ*	231

THƠ LÊ GIANG TRẦN
ĐÃ XUẤT BẢN:
1. Sài Gòn Ở Phố Lưu Vong - *nxb Hợp Lưu, 1991*
2. Trạm Người Quá Bước - *nxb Sống, 2015*
3. Trái Bom Tình Yêu, *nxb Sống, 2017*
4. Pha Thơ Vào Biển Gió, *nxb Sống, 2019*

Tác giả và bức họa chân dung vẽ tặng bởi Họa Sĩ Trịnh Cung,
hình nơi sân nhà sau LGT, Little Saigon, ngày 12/12/2018.
(Photo by Trịnh Cung).

www.ingramcontent.com/pod-product-compliance
Lightning Source LLC
LaVergne TN
LVHW011949060526
838201LV00061B/4260